AA000543

B08KQC6PMF

మాదిగవారి చరిత్ర

(మొదటి భాగం)

తాళ్లూరి లాబన్‌బాబు

 నవచేతన పబ్లిషింగ్ హౌస్

MADIGAVARI CHARITRA

- T. Labanbabu

ప్రచురణ నెం.	:	2015/107
ప్రతులు	:	1000
ఎన్.పి.హెచ్. ప్రథమ ముద్రణ	:	డిసెంబర్, 2015

వెల : ₹ 75/-

© రచయిత

ప్రతులకు : **నవచేతన పబ్లిషింగ్ హౌస్**
గిరిప్రసాద్ భవన్, జి.యస్.ఐ పోస్టు, బండ్లగూడ(నాగోల్),
హైదరాబాద్ – 068. తెలంగాణ. ఫోన్: 24224453/54.
E-mail: navachethanaph@gmail.com

నవచేతన బుక్ హౌస్
అబిడ్స్ & సుల్తాన్‌బజార్, యూసఫ్‌గూడ, కూకట్‌పల్లి,
బండ్లగూడ – హైదరాబాద్, హన్మకొండ, కరీంనగర్,
నల్లగొండ, ఖమ్మం.

ప్రజాశక్తి బుక్ హౌస్ (అన్ని బ్రాంచీలలో)

నవతెలంగాణ బుక్ హౌస్ (అన్ని బ్రాంచీలలో)

హెచ్చరిక: ఈ పుస్తకంలో ఏ భాగాన్ని కూడా పూర్తిగా గానీ, కొంత గానీ కాపీరైట్ హోల్డరు & ప్రచురణకర్తల నుండి ముందుగా రాతమూలకంగా అనుమతి పొందకుండా ఏ రూపంగా వాడుకున్నా కాపీరైట్ చట్టరిత్యా నేరం. – ప్రచురణకర్తలు.

ముద్రణ: నవచేతన ప్రింటింగ్ ప్రెస్, హైదరాబాద్

అంకితం

నవతెలంగాణ రాష్ట్రమునకు

ఉపముఖ్యమంత్రి వర్యులు

గౌ॥ శ్రీ కడియం శ్రీహరి గారికి

సంస్మరణ

తాళ్లూరి కుసుమకుమారి

(1945 - 2005)

సంచలన పుస్తకం మాదిగవారి చరిత్రను

2001లో పట్టుబట్టి నాచే వ్రాయించి

నాకు చేదోడుగా నిలిచిన

నా శ్రీమతి ఆలోచనకు పట్టుదలకు జోహార్లు

- తా.లా.బా

చెబితే చాలా ఉంది!

మన దేశంలో 325 భాషలు, 4694 కులాలు ఉన్నాయని ఆంథ్రోపాలాజికల్ సర్వే ఆఫ్ ఇండియా వారు నిర్వహించిన సర్వేలో లెక్క తేల్చారు. 25 భాషలకు మాత్రమే లిపి ఉందని, దేశంలో 20% మంది మాత్రమే శాకాహారులని, కులాలకు వారు చేసే వృత్తికి సంబంధం ఉందని, 2500 పైగా కులాలకు వ్యవసాయం ప్రధాన వృత్తి అని ఈ సర్వేలో కనుగొన్నారు. ఒక జాతి (nation) ఏర్పడాలంటే ఒకే భాష, ఒకే మతము, ఒకే జాతి (race) సాధారణంగా ఉండాలి. అయితే జాంబువ ద్వీపంలో 325 భాషలు (లిపి ఉన్నవి - 25 మాత్రమే), ఒక అరడజను మతాలు (కొన్ని వందల cults), ఎందరో దేవుళ్ళు, ప్రధానంగా కొన్ని పదుల జాతులు (వేల సంఖ్యలో కులాలు) ఉండి కూడా మనం ఒక జాతిగా నిలబడగలగటానికి ప్రయత్నిస్తున్నామంటే అపూర్వమయిన విషయము.

ఒకే భాషను కలిగి ఉండటానికి 'హిందీ'ని రాష్ట్ర భాషచేశాము. ఒకే మతము ఉండటానికి 'మానవత్వమే' మతమని ఉద్ఘోషిస్తున్నాము. మరి ఒకే జాతిగా ఉండటానికి మనం తీసుకుంటున్న చర్యలు ఏమిటి? ఒకే జాతిగా రూపొందలేని దేశం ఏనాటికైనా విచ్ఛిన్నం అవుతుంది. కాబట్టి నేను ఈదేశ వాసిని, నా తోటి వారు నేను ఒకే జాతికి చెందిన ఈ దేశ వాసులం అని ప్రకటించుకోగలగాలంటే ఈ దేశంలో ఉన్న కులాలు, ఉప కులాలు వేల సంఖ్య నుండి కరగిపోయి పదుల సంఖ్యలోకి ముందుగా క్రిష్టలైజ్ కావాలి. అనగా ఒక కులానికి ఉన్న ఉపకులాలన్నీ ముందుగా ఆ కులంగా రూపొంది. తరువాత సామాజిక స్థితి గతులతో సారూప్యం ఉన్న ఇతర కులాలతో చేరిపోవాలి. ఈ విధంగా సబ్ క్యాస్ట్‌లు అన్నీ ముందుగా ఒక బ్రాడర్ క్యాస్ట్‌గా రూపొందాలి. ఆ తరువాత ఈ బ్రాడర్ క్యాస్ట్‌లన్నీ ఒకే స్థాయిలో నిలబడినప్పుడు కులం వదిలివేసి ఒక జాతిగా రూపొందటం తేలిక అవుతుంది. ఇలా జరిగితే ఎంత బాగుంటుంది.

"In this and other ways, I tried to discover India, the India of the past and of the present, ..." అని పండిట్ జవహర్‌లాల్ నెహ్రూ "The discovery of India"లో అన్నారు. ''మాదిగవారి చరిత్ర''లో జాంబువ ద్వీప గతాన్ని, ప్రస్తుతాన్ని పరిశీలన చేసి ఊరుకోకుండా భవిష్యత్ ఇలా ఉంటే బాగుంటుంది అని dream చేయగల్గుతున్నానంటే నాది అత్యాశ కాకపోవచ్చు. జాతీయ దృక్పథం ఉన్నవారు ఎవ్వరైనా 'సపరేటిస్టు' విధానాలను ప్రోత్సహించరు. అందువలన మతపిచ్చి, కులపిచ్చి, భాష పిచ్చిని ముందుకు తెచ్చే ఏ

రచనలయినా జాతీయతా భావాన్ని కృంగదీస్తాయి. అట్టి సాహిత్యాన్ని ఉత్పత్తి చేయడం ఒక రకంగా ప్రమాదకరం కూడా. ఓ ప్రక్కన అభ్యుదయ వాదం అగ్నిలా వ్యాపిస్తూ జాంబువాన్ని శుద్ధి చేసినట్లు ఈ దేశంలోని సకల కల్మషాలను పోగొట్టి ధగధగ మెరిసే జాతిగా రూపొందించటానికి ప్రయత్నాలు జరుగుతున్నప్పుడు నీ వెందుకు ఈ రచనకు పూనుకున్నావు అని మీరు నన్ను అడుగవచ్చు. ఈ రచన "sectarian views" కల్గి జాతీయతా వాదానికి చేటు కల్గించదా అని మీరు నన్ను ప్రశ్నించవచ్చు. సమాజ గమనంలో ఎన్నో జాతులు, ఉపనదులన్నీ వచ్చి ముఖ్య స్రవంతిలో (main stream) లో కలిసినట్లుగా, కలిసి పయనించాలి. ఈ గమనంలో కొన్ని పాయలు శృతి తప్పి, గతి తప్పి ముఖ్య స్రవంతిని చేరుకొనలేక చిత్తడి మడుగులుగా ఛిద్రమయినప్పుడు, ఆ పాయలను ఏదో విధంగా ముఖ్య స్రవంతిలో కలపడానికి చేసే ప్రయత్నాలకు ఊతము ఇవ్వడమే ఈ రచన యొక్క ముఖ్య ఉద్దేశం. దయచేసి ఈ రచనను సెక్టేరియన్ వాదంగా భావించవద్దని మనవి.

చరిత్ర విశ్లేషణ ఒక విచిత్రమయిన కసరత్తు. Phylogeny ఇంకా కష్టమయినది, మరీ ముఖ్యంగా ఒక నిర్దిష్టమయిన వ్యూహంతో ఏర్పడిన సాహిత్యాన్ని అది పురాణం కావచ్చు, రాజవంశముల చరిత్ర కావచ్చు, మత ఉద్యమం కావచ్చు, ముక్తి మార్గం కావచ్చు, వర్గ పోరాటం కావచ్చు వీటిని ఒక కొత్త కోణం నుండి పరిశీలించినప్పుడు Thesis-Anti thesisల మధ్య రాపిడి జరుగుతుంది. ఈ రాపిడి నుండి ఉద్భవించేదే అభ్యుదయము. నేనెప్పుడు అంటూ ఉంటాను కొందరిది పిడివాదము, మరి కొందరిది దోపిడి వాదం అని. నాది మాత్రం రాపిడి వాదం. ఈ రాపిడివాదం అనేది ముడిగా లభించే జాంబువాన్ని అగ్నితో శుద్ధి చేసి సహస్ర శోభిత భూషణాలంకారాలుగా మార్చడం వంటిది. ముడి రాతిని కనుగొని దానిని ఎంతో ఓపికతో సానబట్టి కోటి సూర్య ప్రభలతో జేగీయ మానంగా వెలుగొందే ఒక శమంతక మణి, ఒక జాకబ్ డైమండ్‌గా వన్నెచిన్నెలు కల్పించడం వంటిది. ఈ రాపిడి వాదంతో ఇంకొక విధంగా చూసినా, అసలు రాపిడి, ఒరిపిడి లేనిదే దళిత వర్గాలు అభ్యుదయ గాములు అంత త్వరగా కాలేరు. Disadvantage positionలో ఉన్నవారు ఈ రాపిడి వాదంతోనే పైకి రావటానికి ప్రయత్నించడం మంచిదని నా భావన. నిరంతర పరిశ్రమ, చక్కటి క్రమశిక్షణ, ఉన్నత ఆశయాలు కలిగిన ఏ సమాజం అయినా అన్ని రంగాలలో ముందడుగు వేస్తుంది. పోగొట్టుకున్న చోట వెదికితేనే పోయిన వస్తువు దొరుకుతుంది. దళితులు పోగొట్టుకున్న ఆస్తిపాస్తులే కాదు ఆత్మ గౌరవాన్ని కూడా వెదికి పెట్టడానికి ఎందరో మహానుభావులు కృషి చేశారు. ఆ కృషిని మీ ముందు ఉంచటమే కాకుండా దొరికిన దానిని ఎలా నిలుపుకోవాలి, ఎలా తిరిగి చేజారకుండా జాగ్రత్త పడాలి అని ఈ రచనలో చిన్న ప్రయత్నం చేశానని మీకు మనవి చేసుకుంటున్నాను.

ఇలాంటి ప్రయత్నం చేయడానికి నేను సంకల్పించుకున్నాను అని చెప్పినప్పుడు నన్ను వెన్నుతట్టి ''గతాన్ని విస్మరించినవాడు, భవిష్యత్తును నిర్మించలేడు'' అన్న బాబా సాహెబ్ సూక్తిని గుర్తు చేసి ప్రోత్సహించిన నా మిత్రులందరికి కృతజ్ఞతలు.

కొంచెం బద్దకించి ఈ గ్రంథ రచన ఉద్యోగ విరమణ చేసిన తరువాత తీరికగా చేస్తానని నేను నసిగినప్పుడు, అలా వీలులేదు, ఆలస్యం ఎన్నడూ అమృత ఫలాలను ఇవ్వదు కాబట్టి వెంటనే ఈ రచన కొనసాగించాలని పట్టుబట్టి రోజూ ఆశువుగా నా చేత ''మాదిగ వారి చరిత్ర''ను చెప్పిస్తూ, తాను కాగితంపైకి దానిని ఎక్కించి ఆగష్టు 2001 ఒక్కనెలలోనే ఈ రచనను పూర్తి చేయించిన నా శ్రీమతి కుసుమకుమారి సహకారం ఇక్కడ ప్రస్తావించక తప్పదు.

ఇలా మాదిగవారి చరిత్ర రాస్తున్నాను అని చెప్పగానే దానిని అంకితం స్వీకరించడానికి అంగీకరించి నాకు, ఈ గ్రంథానికి గౌరవం ఆపాదించిన మంత్రివర్యులు మాన్యశ్రీ కడియం శ్రీహరి గారికి కృతజ్ఞతలు.

ఆదిజాంబువుడుగా పేరుగాంచిన మాదిగ బంధుజన శ్రేయోభిలాషి డా॥ టి.వి. నారాయణగారు ''మున్నుడి''తో నన్నాశీర్వదించినందుకు సదా కృతజ్ఞుడను.

ఈ పుస్తకాన్ని అందంగా అచ్చువేసిన కళాజ్యోతి ప్రాసెస్ లిమిటెడ్ వారికి అభివందనలు.

చరిత్ర గలిగిన జాతి, చేవగల జాతి -

మాదిగ వారి చరిత్ర
చెబితే చాలా ఉంది
వింటే ఎంతో ఉంది
చెపుతా వినుకోరా .....

హైదరాబాద్
2015

- కాకుల్లూరి లాజివ్ బాబు

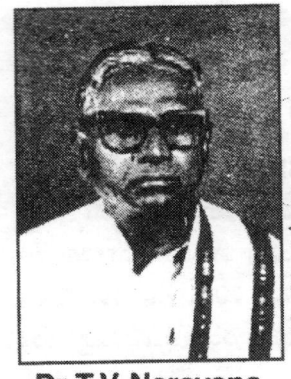

Dr. T.V. Narayana,
M.A., M.Ed.; LLM; Phd; D. Litt.
Former Member of A.P.P.S.C.

మున్నుడి

శ్రీ టి.ఎల్. బాబుగారు రచించిన ''మాదిగ వారి చరిత్ర'' అను గ్రంథము చదివాను. వారు మాదిగవారికి ఒక మహోజ్వల మైన చరిత్ర ఉన్నదని, వారు భారతదేశ మూలవాసులని, గొప్ప సంస్కృతికి వారసులని రుజువు చేయడానికి ప్రయత్నం చేసారు.

ఈ సందర్భంగా ప్రచలితంగా ఉన్న చారిత్రక సిద్ధాంతాల గురించి ప్రస్తావించారు. ద్రావిడులు ఈ దేశ మూలవాసులని, ఆర్యులు మధ్య ఆసియా నుండి వలస వచ్చారని ఒకకోవకు చెందిన చరిత్రకారుల సిద్ధాంతాన్ని బలపరచే ప్రయత్నం చేసారు. ఆర్యులే ఈ దేశ మూలవాసులు అనే సిద్ధాంతం కూడా కొందరు చరిత్రకారులు ప్రతిపాదించిన విషయం కూడా చలామణిలో ఉన్నది. ఆర్యులు ఉత్తర దేశవాసులని, ద్రావిడులు దక్షిణ భారతదేశ వాసులని కూడా ఒక సిద్ధాంతమున్నదని కూడా కొందరు చరిత్రకారులు చెప్పుచున్నారు. అట్లాకాదు భారత దేశ ప్రజలంతా ఒకే ఒక సంస్కృతికి వారసులని, విభిన్న సంస్కృతుల సిద్ధాంతం బ్రిటిషు చరిత్రకారులు సృష్టించారని కూడా ఒక ప్రబలమైన వాదన ఉన్నది. 'విభజించు, పరిపాలించు' (divide and rule) అనేది, తరువాత (Two Nation Theory) ద్విరాష్ట్ర సిద్ధాంతము కూడా బ్రిటిషు వారు రాజకీయంగా ఉపయోగించి దేశ ప్రజలను యెన్నో విధాలుగా విభజించారు అన్నది కొందరి రాష్ట్ర వాదుల (Nationalists) అభిప్రాయం.

ఇదంతా కూడా ఒక పెద్ద వివాదాంశము. దీని జోలికి పోవడం మంచిదికాదు. ఇది దేశ సమైక్యతకు ముప్పుకలుగ చేస్తుందన్నది కూడా కొందరి అభిప్రాయం. అన్ని వాదాలకు యేవో ఆధారాలు ఉండే ఉంటాయి. చరిత్రకారులు ఈ విషయాన్ని ఇదమిద్ధంగా తేల్చుకోలేదు ఇప్పటి వరకు.

కాని శ్రీ టి.ఎల్. బాబుగారు మాత్రం, ద్రావిడులు ఈ దేశమూలవాసులని, మాదిగలు, బహుజనులు, స్థానికులని సిద్ధాంతీకరించారు. మాదిగలు పూర్వము ఈ దేశానికి రాజులని

మహోన్నతమైన కళారాధకులని, క్షత్రియులని, Martial Races అని శ్రీ టి.ఎల్. బాబుగారు రుజువు చేసే ప్రయత్నం చేసారు. గత చరిత్రను జ్ఞాపకము చేసుకొని తిరిగి మహోన్నత స్థితికి వృద్ధి పొందాలని టి.ఎల్. బాబుగారి తపన. ఈ ముఖ్యమైన విషయంలో వారు కృత కృత్యులు కావాలని అందరు ఆశించవలసిన విషయమే.

ఈ గ్రంథంలో 20 అధ్యాయములున్నవి. ఒక్కొక్క అధ్యాయములో ఒక్కొక్క నిర్దుష్టమైన విషయాన్ని గ్రంథకర్త గారు చర్చించారు. సంపూర్ణ గ్రంథంలో టి.ఎల్. బాబుగారి ఆశయం మాదిగవారు బహుజనులతో ఏకమై ఒక పటిష్ఠమైన సంఘటిత శక్తిగా రూపొంది రాజకీయ సత్తాను చేజిక్కించుకొని సామాజికంగా, ఆర్థికంగా అభివృద్ధి చెంది అంటరాని తనాన్ని, కులతత్వాన్ని నిర్మూలనం చేయాలని, దేశంలో శ్రేయో రాజ్యాన్ని నిర్మించాలని, అందరు సుఖసంపదలతో తులతూగాలని, మనకు సుస్పష్టంగా విదిత మౌతుంది.

వారు దీనికై ఒక మంచి యోచనను సూచించారు. అది అందరికి ముఖ్యంగా మాదిగవారికి, బహుజనులకు ఆచరణ యోగ్యమైనది.

జాతి వైతాళికుడు జాతీయ కవిపుంగవుడైన జాషువాగారి హితవులను వారు మనస్మరణకు తీసికొచ్చారు. డా॥ అంబేద్కరు మహోజ్వల సాహిత్యాన్ని దర్శనంగా చూపించారు. బాబూజగ్ జీవనరాం చేసిన సేవల గురించి ప్రస్తావించారు. శ్రీ రామానుజాచారి, బుద్ధుడు, ఆర్య సమాజం, కమ్యూనిజం, క్రైస్తవ మిషనరీలు మాదిగలకు, బహుజనులకు చేసిన సేవల గురించి పొగిడారు.

శ్రీ టి.ఎల్. బాబుగారు ఉపసంహార అధ్యాయంలో మాదిగవారికి, యువకులకు మంచి సలహాలనిచ్చారు. మాదిగలు తమలో పాతుకుపోయిన, దుర్లక్షణాలను దూరము చేసుకొన గలిగితే వారికి మంచి భవిష్యత్తు ఆవిర్భవించగలదు. వారిలో కొన్ని మంచి సుగుణాలున్నవి. నిజాయితీ, సత్య సంధత, సేవానిరతి, కరుణ, ప్రేమ వారిలో ఉన్న సహజ శక్తులు. కాని వారిలో బలహీనతలు కూడా కొన్ని విషపూరితంగా ఉన్న మాట నిజమే. సోమరితనం, క్రోధం, అహం, అనైక్యత, తృప్తి, (ఉన్నత లక్ష్యాలు లేక పోవడం) ఈ దోషాలు వారి పతనావస్థకు కారణాలు, వీటిని సరిదిద్దుకోవాలసిన అవసరమెంతైనా ఉన్నది. అభివృద్ధి చెందిన, అభివృద్ధి చెందుతున్న కులాల, జాతుల వారి వద్ద మంచి గుణాలు తమ సొత్తు చేసుకొని, వారిలో ఉన్న స్వార్థ, దోపిడీ తత్వాలను గ్రహించి ముందుకు సాగవలసిన అవసరం యెంతైనా ఉన్నది.

ఈ గ్రంథమును దళితులకెంతో సేవ చేస్తున్న మంత్రివర్యులు శ్రీ కడియం శ్రీహరిగారికి అంకితం చేయడం చాలా సముచితమైనది.

శ్రీ టి.ఎల్. బాబుగారు చేసిన కృషికి నేను వారిని అభినందిస్తున్నాను. ఈ గ్రంథం దళితులకు, బహుజనులకు, మాదిగలకు వారి ఐక్యతకు, షెడ్యూల్డుకులాల ప్రజలందరికి స్ఫూర్తిని కలుగచేయగలదని నేను భావిస్తున్నాను.

హైదరాబాదు. **టి.వి.నారాయణ**
13 సెప్టెంబర్, 2001.

జాగృతి

జూన్ 11, 2005న నిజాం కాలేజి గ్రౌండ్స్ హైద్రాబాద్‌లో శ్రీ మందాకృష్ణ మాదిగ నిర్వహించిన మాదిగ దండోరా, ఎం.ఆర్.పి.ఎస్. మహాసభలో 500 కాపీలు అమ్ముడయి రికార్డు సృష్టించింది "మాదిగవారి చరిత్ర". దీనిని మాదిగ వారిలో వెల్లివిరిస్తున్న చైతన్యానికి నిదర్శనంగా మాత్రమే భావిస్తున్నాము.

మాదిగవారు చేస్తున్న ఆత్మగౌరవ పోరాటానికి ఈ పుస్తకం దోహదపడుతున్నందున మరిన్ని ముద్రణలు వేసి తృణమూలాల్లోకి ఈ పుస్తకాన్ని అందించాలనే తపనతో ఈ నాల్గవ ముద్రణ తీస్తుకు వస్తున్నాము. దళితుల ఐక్యతకు సాధికారతకు 'మాదిగవారి చరిత్ర' తోడ్పడగలదని ఆశిస్తున్నాం.

- రచయిత

విషయసూచి

సమీక్ష

ఆంధ్రప్రభ సచిత్ర వార పత్రిక – 22 డిసెంబరు 2001

మాదిగవారి చరిత్ర

(రచన: తాళ్లూరి లాబన్‌బాబు. ప్రతులకు: విశాలాంధ్ర బుక్ హౌస్ అన్ని బ్రాంచీలు; ప్రజాశక్తి బుక్ హౌస్ అన్ని బ్రాంచీలు. పేజీలు: 106. వెల: రు. 75.00)

దళితోద్యమానికి సామాజిక నేపథ్యాన్నీ, సైద్ధాంతిక భూమికనూ సమకూర్చడంలో కొందరు మేధావులు చేస్తున్న విశేష కృషి, ఈ ఉద్యమాన్ని బలసంపన్నం చేస్తోంది. తాళ్లూరి లాబన్ బాబు ప్రాయికంగా కవి. పరిశోధన, చరిత్ర విశ్లేషణ ప్రాతిపదికగా ఆయన దళితోద్యమానికి విలక్షణ స్ఫూర్తినీ, నూతన జవసత్వాలనూ సంతరింపజేయాలని సంకల్పించుకున్నారు. ''కొన్ని పాయలు శ్రుతి తప్పి గతి తప్పి ముఖ్యస్రవంతిని చేరుకొనలేక చిత్తడి మడుగులుగా ఛిద్రమైనప్పుడు, ఆ పాయలను ఏదో విధంగా ముఖ్యస్రవంతిలో కలపడానికి చేసే ప్రయత్నాలకు ఊతం ఇవ్వడమే ఈ రచన ముఖ్యోద్దేశం'' అని ముందే ప్రకటించారు. తనది 'పిడి'వాదం కాదనీ, 'రాపిడి'వాదం అనీ స్పష్టం చేసి రచనకు ఉపక్రమించారు. ''మాదిగవారి బానిసతనానికి కారణమేమిటి? అనేది తెలుసుకోవడానికి చేసిన ప్రయత్నమే ఈ రచన'' అని కూడా ఆయన తెలియజేశారు.

'మాదిగ వారి చరిత్ర' ఒక పరిశోధన గ్రంథం. వాస్తవానికి ప్రతి అధ్యాయం ఆధారంగా ఒక థీసిస్ రాయగలిగినంత వస్తువును ఆయన సంక్షిప్తంగా పొందుపరిచారు. ఈ దేశానికి ఆర్యులు రాకముందున్న జాంబువ (జంబూ) ద్వీప విశేషాలు, ఆర్యుల రాక వల్ల వచ్చిన మార్పులు, వర్ణవ్యవస్థ ఏర్పడిన తీరు, త్రివర్ణ వ్యవస్థ చతుర్వర్ణ వ్యవస్థగా పరిణమించిన విధానం, కుల వ్యవస్థ రూపొందిన పద్ధతి, అస్పృశ్యతాదురాచారానికి వూపిరులూదిన పరిస్థితులు, చర్మకారులకు ఆర్యులు పెట్టిన పేర్లు, ఒకప్పుడు ఆర్యులతో సమస్థాయిలో రాజ్యాలు ఏలిన మాదిగల (జాంబువులు) చరిత్ర మొదలైన అనేక విషయాలను రచయిత ఈ గ్రంథంలో చర్చించారు. దళితోద్యమాలను వివరించారు. ప్రతి అంశానికీ వేదవాఙ్మయం, పురాణేతిహాసాల్లూ, చరిత్ర గ్రంథాల్లూ, మతసాహిత్యం - ఇత్యాదుల నుంచి ప్రమాణాలు ఉదహరించారు. ఇదొక విశిష్ట రచన. జిజ్ఞాసువులనే కాక సామాన్య పాఠకులను కూడా ఆకట్టుకుని, ఆలోచింపజేసే రచయిత కృషి ప్రశంసనీయం.

– జి. రామకృష్ణారావు

ఉపోద్ఘాతం

తను ఏ సమాజం నుంచి వచ్చాడో ఆ సమాజం కడు దుర్భర స్థితి లోను, పుట్టు బానిసత్వములోను, కుల వ్యవస్థ అంటగట్టిన అంటరానితనము తోను, లేమి కోరలలోను చిక్కుకొని విలవిల లాడుతున్నప్పుడు, అసలు తన సమాజం ఎందుకు ఇలా ఉంది? ఎన్ని తరాల నుండి, ఎన్ని యుగాల నుండి ఈ బానిసత్వము కుంగదీసింది? ఎన్ని యుగాల నుండి కుల వ్యవస్థ దోపిడీకి అది గురి అయినది? ఆకలి, అజ్ఞానము, అంటరానితనము అనే లోతైన చీకటి బావిలో ఎలా కూరుకుపోయినది? అనే ఆలోచన రావడం ఈ మాదిగ వారి చరిత్ర రాయడానికి కారణమయినది.

కాల చక్రంలో ప్రతి జాతి తన మూలాన్ని మరచి పోవచ్చు. కొండొకచో అస్థిత్వాన్ని కోల్పోవచ్చు. ప్రతి జాతి కాల చక్రంలో ఉత్థానపతనాలను చవిచూస్తుంది. ఎన్నో దేశాలలో ఆ దేశ స్వజనులను దురాక్రమణ దారులు, వలసవాదులు జయించి వారిని బానిసలుగా మార్చి హీనమైన, హేయమైన సేవలకు వినియోగించడం, మానవ నాగరికత మొదలైన రోజుల నుండే గమనించ గలము. ఆ విధంగా సాగిన ఆలోచనతో మాదిగవారి బానిస తనానికి కారణమేమి? అనేది తెలిసికొనుటకు చేసిన ప్రయత్నమే ఈ రచన.

ఈ దేశానికి జాంబువ ద్వీపం అనే పేరు ఎలా వచ్చినది? జంబూ ద్వీపంలో ఆర్యులు అడుగుపెట్టక ముందు క్రీ.పూ. 3000 సంవత్సరములకు ముందు అనగా నేటికి 5000 సంవత్సరాలకు పూర్వం అద్భుతమైన జల సంపదతోను, వన సౌందర్యముతోను, అతి తక్కువ జనాభాతోను అలరారుతున్న జంబూద్వీపంలో స్వేచ్ఛగా విహరిస్తూ, ప్రకృతి ప్రసాదించిన పండ్లను, కందమూలాలను, జలపుష్పాలను, తేనెపట్టులు, శుద్ధమైన ఏటినీరు సేవిస్తూ చెట్ల క్రిందను, మంచెల మీదను, గుహా మందిరాలలోను జనవాసము లేర్పరచుకొని జంతువులను వేటాడుతూ, వన మహోత్సవాలు చేసికొంటూ ప్రకృతిని, పరమేశ్వరుని ఆరాధిస్తూ; తీరిక సమయాలలో డప్పు వాద్యముతో సామూహిక నృత్యంగా కాళ్ళకు గజ్జెలు కట్టి తాటి వనాల క్రింద, ఈత వనాల వద్ద చిందులేస్తూ, అత్యంత ఉల్లాసంగా, అమిత

స్వేచ్ఛతో జీవితాన్ని గడిపిన ఆది జాంబువ జాతి గత 4000 సంవత్సరాలకు పైబడి కుల వ్యవస్థ మారణ చక్రములో తగులుకొని ఏ విధంగా బానిస బ్రతుకులు ఈడ్వవలసి వచ్చినదో తెలియ చెప్పుటకే ఈ చరిత్ర రాయవలసి వచ్చింది.

మాదిగలు జాంబువంతులేనా? మాదిగలకు ఆ పేరు ఎలా వచ్చినది? మాతంగులు ఎవరు? చర్మకార వృత్తిలోకి ఇంకను హీనమైన హేయమైన సేవలు సభ్య సమాజానికి అందిస్తూ అసభ్యులుగా ఎలా మారారు? వీరిని బానిసత్వము లోనికి నెట్టిన పరిస్థితులు ఏమిటి? డప్పు లేక దండోరా వృత్తి ఎలా సంక్రమించినది? మాదిగవారి ఆర్థిక పరిస్థితి, బారా బలూతీదార్ వ్యవస్థ, ఈనాము వ్యవస్థలో ఎలా ఉండేది, పారిశ్రామిక విప్లవం, తద్వారా చేతి వృత్తులు దెబ్బతినడం, పర్యవసానంగా జీవనోపాధి కోల్పోయి వ్యవసాయ కూలీలుగా మారడం, మాదిగలు తమను తాము పెద్దింటివారుగా ఎందుకు చెప్పుకున్నారు? కుల వ్యవస్థలో, వర్ణ సంకరం వల్ల, కులాంతర వివాహాల వల్ల వెలివేయబడిన పంచములు వారే అనే వాదన సరియైన దేనా? లేక చర్మకారులు అయిన కొన్ని జాతుల కలయిక మాదిగ జాతిగా రూపొందిందా? ఇవన్నీ పరిశీలించడం జరిగినది.

మాదిగ అనే పదం ఎలా వచ్చినది? మాడిగలకు - ఈడిగలకు ఉన్న సంబంధము ఏమిటి? యాదవ - మాధవ సంబంధమేమిటి? మహా దిక్కులు ఎవరు? అరుంధతీయులు ఆర్యులా? మాల - మాదిగల తేడా ఏమిటి? మాల - మాదిగలు ఒకే చోట ఉన్నా వారు రెండు వర్గాలుగా వేరు వేరుగా ఎందుకు జీవిస్తున్నారు? ఇవన్నీ కూడా చర్చించడము జరిగినది.

మాదిగవారు రాజవంశీకులా? మూలవాసి రాజులా? బెస్తవారు లేక పల్లెకారులు తమను తాము ముది రాజులుగా చెప్పుకుంటారు. అదే విధంగా మాదిగవారు కూడా ముది రాజులా? అనగా నాగరికత తొలిదశలోనే చిన్న చిన్న రాజ్యాలు ఏర్పరచుకున్న వారా? ఆర్యవలసల తెరలు ఎలా వీరిని కొల్లగొట్టాయి? సప్త సింధూనది లోయ నాగరికత కాలంలో వీరి స్థితిగతులు ఎట్టివి? అలెగ్జాండరు దండయాత్ర ప్రభావం వీరి జీవితాలను ఎలా మలుపు తిప్పినది? తరతరాల బానిసత్వం వలన మాదిగలకు సంక్రమించిన దుర్లక్షణాలేమిటి? కాలపు అలల తెరలలో సాగిన అనేక మత, రాజకీయ, సాంఘిక ఉద్యమాలు, మాదిగలకు ఆ ఉద్యమాలు యిచ్చిన చేయూత, ఫలితాలు, స్వాతంత్ర్యానంతరం మారిన స్థితిగతులు, మాదిగ జాతి ఈ స్థితిగతులను తమకు అనుకూలంగా మలచుకో గలిగిందా? దళిత ఉద్యమాల ఊపిరి

నుండి నేర్చుకున్న పాఠాలు, దండోరా ఉద్యమం ద్వారా సాధించిన విజయాలు కూడా చర్చించడము జరిగినది.

తెలుగు నాటనే గ్రామ సీమల్లో కూడా హరిజనులంటే మాలలు అనే అభిప్రాయమున్నది. ఉన్నత వర్గాలలో అభివృద్ధి చెంది లోక జ్ఞానం గలిగిన కొందిరికి కూడా స్వాతంత్ర్యపు రోజుల్లో మాదిగ కులం ఒకటుందని తెలియదు. మాలలు ఎక్కువా; మాదిగలు ఎక్కువా అని ఈ బానిస జాతుల్లోనే సిగపట్లులు కూడా జరిగాయి. క్రైస్తవ మిషనరీల అమోఘమయిన సేవ, పూజ్య బాపూజీ హరిజనోద్ధరణ, బాబా సాహెబ్ అంబేద్కర్ కుల నిర్మూలనోద్యమం, ఉన్నవ 'మాలపల్లి', గుఱ్ఱం జాషువా 'గబ్బిలం' సాహితీ ప్రక్రియలు, సాంఘిక ఉద్యమాలు వీరి అభివృద్ధికి ఏ మేరకు ఉపయోగపడ్డాయి. ఇవన్నీ మనము తెలుసుకొనేందుకు కూడా ఈ చరిత్రను రచించడము జరిగినది.

ముందుగా మనము అనుకున్నవన్నీ చర్చించు కోవలయునంటే క్రీ॥పూ॥ 3000 వేల సంవత్సరములకు పూర్వము జంబూ ద్వీప స్వరూపము ఎట్టిది? దానిలో నివసించిన ఆదిమ జాతులేవి? ఆర్యులెవరు? వారు ఎక్కడనుండి వచ్చారు? ఆర్యుల దండయాత్రల ఫలితాలేమిటి? సప్త సింధూనదీలోయ నాగరికత, పశ్చిమాన దాని వెనుకగల జంబూ ద్వీపంలోని ద్రావిడ నాగరికతలు ఎలా పతనం అయ్యాయి? ఋషులు ఎవరు? దేవత లెవరు? సురులు ఎవరు? అసురులు ఎవరు? నాటి మధ్య ఆసియా - మైనరు ఆసియాలోని రాజ్యాలు, అచ్చట జరిగిన యుద్ధాలు, జాంబువ ద్వీపానికి (జంబూ ద్వీపం) ఆర్యులు ఆ పేరెందుకు పెట్టారు అనే ప్రశ్నలకు జవాబులు తెలుసుకుందాము రండి .....

జాంబువ ద్వీపం

ఆర్యులు ఈ దేశానికి ముచ్చటగా పెట్టుకున్న పేరు జాంబువ ద్వీపం. వారి వలస రాజ్యాల స్థాపన అనంతరం జాంబువ ద్వీపాన్నే జంబూ ద్వీపంగా మార్చారు. జంబూ ఫలం అంటే నేరేడుపండు. జంబూ వృక్షాలు విరివిగా కల దేశంగాన జంబూ ద్వీపం అని పేరు వచ్చిందని, సప్త ద్వీపములలో జంబూ ద్వీపం ఒకటి అని ఒక వాదన. కుశద్వీపం, జంబూ ద్వీపం, క్రౌంచ ద్వీపం, శమీ ద్వీపం, శాక ద్వీపం, శాల్మల ద్వీపం, పుష్కర ద్వీపం అను ఏడింటిని సప్త ద్వీపములని ఆర్యులు పిలిచారు. వీనిలో జంబూద్వీపం అతి చిన్నది, పుష్కర ద్వీపం అతి పెద్దది. ఈ పేర్లు వృక్ష సంబంధముగా అనగా ఆ ప్రాంతములలో పెరుగు vegetation వలన వచ్చినట్లుగా చెప్పవచ్చును. అయితే ఇదే విధంగా ద్వీపాలు ఏడుకాదు, 'అష్టాదశ ద్వీపము''లున్నట్లుగా కూడ పేర్కొనిరి. ఇవి నిజముగా ద్వీపములు (ఉదా : సింహళము, ద్వారక, మలయా, క్రీతు) కాబట్టి సప్త ద్వీపములనునవి ఆనాటి భూఖండములు.

ఆ కాలమున ఆర్యులు పేర్కొనిన సప్త జంబూద్వీప నదులు - అనుతప్త, శిఖి, విపాస, త్రిదివ, క్రమువు, అమృత అనునవి. వీటినే ఈ కాలమున గంగ, యమున, సింధూనది, (సరస్వతి ఇంకి పోయినది), గోదావరి, కృష్ణ, నర్మద, కావేరి అనునవి అని కొందరు వాదింతురు. ఇంకొందరు ఆ కాలమున పేర్కొనినవి సప్త సింధూలోయనందలి నదులని తెల్పుచున్నారు. ఏది ఏమయినను ఈ దేశమునకు జంబూ ద్వీపం అను పేరు జంబూ వృక్షముల వలన వచ్చినదా లేక జాంబువము నుండి వచ్చినదా అనునది చర్చనీయాంశము. శాస్త్రీయముగా చూసినను, జంబూవృక్షములు శీతల మండలములలో అనగా కాశ్మీరము, గాంధారము, ఎగువ సింధూ మైదానము (పంజాబు, సిందు)లలో విరివిగా పెరుగు అవకాశము లేదు. ఆర్య సంస్కృతిని పరిశీలించినా, వారు మొట్టమొదట మన దేశంలోని నైసర్గిక రూపాలకు పెట్టుకున్న పేరులన్నీ జాంబూవముతోనే. జాంబువము అనగా బంగారము. మేరు పర్వతాన్ని జాంబువ పర్వతమని, మేరు పర్వతాన్నుండి ప్రవహించిన ఏరును జాంబువనది అని, జాంబువ నది నుండి ప్రవహించిన బంగారమును జాంబు వనదం అని పేర్కొన్నారు. జాంబువము ముడి పదార్థంగా కొండచరియలలోను, నదీ

ప్రవాహాలలోను, మైదానపు ఉపరితలాల్లోను, గనులలోను విరివిగా లభ్యమగుట చేత జాంబువ ద్వీపం అని ఈ దేశానికి పేరు పెట్టారు. ఈ దేశ వాసులైనట్టియు, బంగారము యొక్క విలువ తెలిసి బంగారు ఆభరణములను ధరించుకొన్న వారును, మణులు, మాణిక్యాల విలువ తెలిసిన వారును అయిన సంపన్నులనే జాంబువులు అన్నారు. 'జాతరూపము' అనగా బంగారము. జాత రూప్, జాత వేద్‌లనే 'జాతవ్'లు అన్నారు. జాంబువుల మరోపేరు జాతవ్.

ఈ దేశాన్ని ద్వీపం అని ఆర్యులు పిల్చుటకు గల కారణం మానస సరోవరం, టిబెట్టు ప్రాంతాల నుండి పడమరగా ప్రవహించిన సింధూనది, సరస్వతీ నదులు (సరస్వతి నది ఇప్పుడు కన్పించదు) వాటి ఉపనదులు, తూర్పుగా ప్రవహించిన బ్రహ్మపుత్రానది, ఆ నది పాయలు సముద్రాల్లో కలుస్తూ ఆసియా ఖండము నుండి ఈ దేశాన్ని వేరు చేయడం వలన చుట్టూ నీరు ఉండి మధ్య భూమి ఉన్నది కనుక దీనిని ద్వీపం అన్నారు. అయితే ఆర్యులు రాక ముందు పర్షియన్లు, సెమెటిక్కులు మన దేశాన్ని సింధూ దేశంగా వ్యవహరించారు. చరిత్రకారులు, Anthropologists చెప్పేది ఏమిటంటే మన దేశంలో ప్రపంచము లోని ముఖ్య జాతిస్వరూపాలైన, సెమెటిక్కులు, ఆర్యన్లు, మంగోలులు, ఆస్ట్రలాయిడ్‌లు, నీగ్రోజాతుల వారందరు స్థిరపడ్డారుఅని, అయితే దక్షిణాపథంలో ముఖ్యంగా నీగ్రోజాతి ఉన్నదని కొందరు చరిత్రకారులు ఉటంకించారు. వీరితోపాటు నలుపు ఆస్ట్రాలాయిడ్‌లు కూడ ఉన్నారని, వీరినే ద్రావిడులు అన్నారని వారి అభిప్రాయం. అదే విధంగా స్థానిక ఆస్ట్రలాయిడ్ జాతులు, ఉత్తర మధ్య భారతంలో నివసించే వారని కొంతమంది చరిత్రకారులు అభిప్రాయం. అయితే సింధూనదీ లోయ నాగరికులు ద్రావిడులని, ఆ నాగరికత ద్రావిడ నాగరికత అని ఇంకొందరి వాదన. మంగోలు జాతికి చెందిన వారు ఈశాన్య ప్రాంతంలోని స్థానికులని కూడ వారి అభిప్రాయము. అనగా సెమెటిక్కులు, ఆర్యులు తప్పనిసరిగా మన దేశముపై దండయాత్ర జరిపిన మొదటి విదేశీ జాతులని రూఢీగా నిర్ధారించవచ్చును.

క్రీ॥ పూ॥ 3 వేల సంవత్సరముల నాటికి అనగా నేటికి 5 వేల సంవత్సరాలకు పూర్వం మొట్టమొదటిగా ప్రవేశించిన విదేశీయులు ఆర్యులు, సెమెటిక్కులు. ఆర్యులు ముందు వచ్చారా లేక సెమెటిక్కులు ముందు వచ్చారా అనేది చర్చనీయాంశమే. ఆర్యులనగా ''హిట్టాయిట్సు'' అనుకున్నా, సెమెటిక్కులు నాటి అస్సీరియా, సిరియా Golanheights నందలి అషూరులు అనుకున్నా అనేక చరిత్రకారులు ఊహించిన దానికి భిన్నంగా ఆర్యులకంటే సెమెటిక్కులే మన దేశానికి ముందుగా వచ్చి ఇక్కడ రాజ్యాలు స్థాపించి,

ఇచ్చటి ప్రజలైన జాంబువులు, పశు పోషకులైన యాదవులు, పల్లెకారులైన బెస్తవారు, దుర్గమమైన అడవులలో నివసించిన తెల్లనాగులు, నల్లనాగులు అనే జాతులతో కలసిపోయి వారి ఆచార వ్యవహారాలు, మతాచారాలు, జీవన సరళిని అనుకరించి స్థానికులతో కలిసి పోయినట్లుగా తెలియుచున్నది. ఈ విధంగా మహా బలాఢ్యులైన, మహాకాయులైన సెమెటిక్కు తెగలలోని ఫిలిస్టీయులు (పౌలస్త్యులు), అషూరులు (అసురులు) సింధూ నది లోయ నాగరకత కాలం నాటికి జంబూ ద్వీపంలో అనేక నివాస యోగ్యమైన ప్రాంతము లలో ఉత్తర దేశంలో గాని, దక్షిణాపథంలో గాని రాజ్యాలు స్థాపించుకున్నారు. వీరిలో ముఖ్యులు శిబి చక్రవర్తి, బలి చక్రవర్తి, హిరణ్య కశిపుడు, రావణాసురుడు, నరకాసురుడు, మహిషాసురుడు మొదలగు వారు. వీరికి స్థానికులకు మధ్య జగడములు, వివాదములు తలెత్తినట్లుగాని, స్థానికులు అసుర రాజులకు బానిసలుగా బ్రతికి నట్లుగాని మనకు ఎట్టి ఆధారములు కనపడవు. క్రీ. పూ. 5 వేల ఏండ్ల నాటికి అనగా సింధూ నదీలోయ నాగరికత కాలం నాటికి కొద్దిపాటి వ్యవసాయం, పశుపోషణ, ప్రకృతి ఆరాధన, శివుడు, దుర్గ లేక శక్తి (అమ్మ తల్లి) పూజ మొదలగునవి ఆ కాలపు జీవన విధానంలో భాగం అయినది. గుంపులుగా నివసించే ప్రజలను గుర్తు కోసం గణాలుగా విభజించారు తప్ప అది సమాజాన్ని విడదీయడం కాదు. అలానే స్థానికులను దోచుకుని అసుర రాజులు వారిని నిర్భాగ్యులను కూడా చేయలేదు.

నేటి ఆంధ్ర, తమిళ, మళయాళ, కన్నడ, మరాఠీ ప్రాంతాలనే ఆర్యులు పంచమహా ద్రావిడము అన్నారు. అనగా నీగ్రోలాయిడ్, ఆస్ట్రోలాయిడ్ జాతులకు చెందిన దక్షిణాది జనులనే ద్రావిడులు అన్నారు. వీరినే నల్లనాగులు అని కూడా అన్నారు. పశుపోషకులు, గొర్రెల కాపరులు అయిన గొల్లలనే యాదవులన్నారు. హిబ్రూలో యూదులనబడే యహూదీలు పశుపాలకులు. ఆ పేరునే ఆర్యులు మన గొల్లలకు పెట్టి యుండ వచ్చును. సింధూ నదీలోయ ప్రాంతములోను, ఈశాన్య ప్రాంతములోను, దక్షిణా పథంలోను స్థానిక రాజులు కానీ సెమెటిక్కులకు చెందిన అసుర రాజులు గానీ, చిన్న తరహా నగర జీవనం, కోటలు బురుజులు వంటివి నిర్మించుకొనడం, విశాలమైన గుహలలో నివసించడం కూడ జరిగినట్లుగా ఆర్యులు చెప్పినదాన్ని బట్టి మనము తెలుసుకొనవచ్చును. సింధూనదీ లోయ నాగరికత సెమెటిక్కులదే అయినా దానిని కూడా ఆర్యులు ద్రావిడ నాగరికతే అని అన్నారు. మధ్య ఆసియాను పారశీకము, మైనరు ఆసియాను మన దేశాన్నుండి వేరు చేస్తూ పశ్చిమ దిశలో సింధూనదీ పరీవాహక ప్రదేశం వెంట ప్రబలిన నాగరికతే సింధూనాగరికత. అక్కడనుండి చూస్తే ఉత్తర దేశం, వింధ్యకు క్రింది భాగమైన

ద్రావిడ దేశం వీటిలో నెలకొన్న యాదవుల రాజ్యాలు, జాంబువుల రాజ్యాలు, నాగుల రాజ్యాలు, వీటి మధ్య అక్కడక్కడ అసుర రాజ్యాలు కనిపిస్తాయి. ఆనాటి రాజులను యాదవ రాజులు, మూలవాసి రాజులు, ముది రాజులు, అసుర రాజులుగా విభజింప వచ్చును. ఆ కాలము ఒక విధమైన ప్రశాంతికి నిలయమై కనిపిస్తున్నది. మరి ఈ ప్రశాంతత ఎలా భగ్నమైనది? ఈ ప్రశాంతతను భగ్నం చేసిన దెవరు?

ఆర్యులవి దండయాత్రలా? లేక వారు విదేశీ యాత్రీకులా? ఆర్యులు మధ్య ఆసియా నుండి వచ్చారా? వారి రాకకు కారణాలేమిటి? వారి జీవనం యావత్తు అగ్ని, సువర్ణం, కమలం (కలువ పువ్వు)తో ఎందుకు ముడిపడి ఉన్నది? వారిని వారు ద్విజులు లేక బ్రహ్మలు అని ఎందుకు చెప్పుకున్నారు? వేదం అంటే శాస్త్రం అని, అనగా అనేక విద్యలు -సైన్సు, ఖగోళం, గణితం, వైద్యం మొదలైన విద్యలు వారికి ఎలా వచ్చాయి? సంస్కృతం నాటి భారతదేశంలో పుట్టినదా? లేక విదేశీ భాషల సమ్మేళనమా? ఆర్యులవి వలసలా? దండయాత్రలా? అనేది ముందు ముందు తెలుసుకుందాము.

ఆర్యుల రాక

ఆర్యులు ఎక్కడి వారు? వారు మనదేశం రాకకు కారణాలేమిటి? అను వాటిపై చరిత్రకారుల అభిప్రాయం భిన్నంగా ఉన్నా ఒక విషయంపై చరిత్రకారులు, పరిశోధకులు ఏకీభవిస్తున్నారు. అందువలన ఆర్యులు మధ్య ఆసియా - మైనరు ఆసియాకు చెందిన వారగుట అనేది నిర్వివాదాంశము. క్రీ. పూ. 3 వేల సంవత్సరాలకు ముందు అనగా నేటికి 5 వేల సంవత్సరాలకు ముందుగా ఆర్యులు ఈ ప్రాంతాలలో నిలదొక్కుకున్నారు. ఆర్యులు యూరపుకు చెందినవారై మధ్య ఆసియాలో అనగా నేటి తూర్పు అవిభక్త రష్యాలోని రాజ్యాలు, ఆఫ్ఘనిస్థాన్, టిబెట్టు, ఉత్తర కాశ్మీరము, కాస్పియన్ సముద్రము చుట్టూ భాగాలు అదే విధంగా ఆసియా మైనరు అనగా నాటి పాలస్తీనా, సిరియా, ఎదూమియా, మొసపటోమియా నుండి వలస వచ్చి స్థిరపడినారని ఒక వాదము ఉన్నది.

లోకమాన్య బాలగంగాధర తిలక్ ''ది ఆర్కిటిక్ బ్యాక్ గ్రౌండ్ ఆఫ్ ఆర్యన్'' లో ఆర్యులు ఉత్తర ధృవం నుండి వలస వచ్చి మధ్య ఆసియా, పరిష్యాలో నివాసము లేర్పరచు కొన్నట్లుగా చెప్పడం జరిగినది. మత సంబంధంగా చూసినా స్థానిక జాతుల, ద్రావిడుల ఆరాధ్య దైవం హిమాలయ వాసి అయిన శివుని పుజార్హుడుగా నిరాకరించి, ఉత్తర అట్లాంటిక్ ధృవ ప్రాంత వాసి భాగ్యవంతుడైన (భగవంతుడు) మహా విష్ణువును పూజించడం తిలక్ వాదనకు సమర్థనాంశము కావచ్చు. "Olga to Ganga" రచించిన రాహుల్‌సాంకృత్యాయన్ ఆర్యులు యూరేషియనులు, ముఖ్యంగా White Russians అను వారు ముందుగా కాస్పియన్, గాంధారము, (ఆఫ్ఘనిస్తాన్)లలో నివసించి ఆ తరువాత కాశ్మీరము లోను, సప్త సింధూలోయలోను స్థావరాలను ఏర్పరచుకోవడానికి చేసిన ప్రయత్నాలే ఆర్య వలసలు అని పేర్కొన్నాడు. జవహర్‌లాల్‌నెహ్రూ కూడా తన "Discovery of India" లో ఆర్యులు అనగా గౌరవింప దగిన వారని, వారు ఆసియా మైనరు నుండి కాశ్మీరము లోనికి వలస వచ్చిన వారని, తరువాత మన దేశమంతా వ్యాపించారని ఉటంకించారు. అయితే హిందూ మత వాదులైన చరిత్రకారులు మాత్రం ఆర్యులు సప్త సింధూ, గంగా -యమున మైదాన వాసులని వారు మన దేశము నుండే ప్రపంచమంతా వ్యాపించారని, అందువలన వారిని

''భూరి స్రవ బ్రాహ్మణులు'' అన్నారని, వారి భాష అయిన సంస్కృతం ప్రపంచములో అన్ని భాషలకు మాతృక అయినదని భావిస్తున్నారు. అయితే ఈ వాదన అర్థరహితం. ఎందుకనగా ''భూరిస్రవము'' అనగా ద్రవ రూపములో ఉన్న బంగారము (liquid gold). ఋగ్వేదంలో చూసినట్లయిన, ఆర్యులు దస్యులపై యుద్ధాలు చేసినట్లు, దస్యులను జయించినట్లుగా చెప్పబడినది. ఋక్కులనగా యుద్ధగీతాలు (war songs) అనే అర్థం కూడా ఉన్నది. ఇవి దురాక్రమణ వాదాన్ని బలపరుస్తున్నాయి.

మన దేశానికి ఉత్తరాన హిమాలయ పర్వతాలు The great wall of India లాగ రక్షణ కవచమైనందున, ఆర్యులు ముందుగా ఎగువ కాశ్మీరము, గాంధారము, ఎగువ పారశీకములో ప్రవేశించి ఆ తరువాత ఈ దేశమునకు పశ్చిమాన గల సింహద్వారము వంటి సింధూనదీ లోయ నాగరికత అయిన ద్రావిడ నాగరికతను ధ్వంసం చేసి భారతదేశము లోనికి ప్రవేశించినట్లుగా చరిత్రకారులందరు ముక్త కంఠముతో చెప్పుచున్నారు. మొట్టమొదటగా ఋషులు అనబడే ఆర్యులు వచ్చారు. ఋషులు అనగా రష్యనులే అనగా రూసీలు. సప్తసింధూ నాగరికత వాసులు, ఈ విదేశీ యాత్రికులను అలా పిలిచి యుండవచ్చు. దీనిని బట్టి వీరు యూరేషియా నుండి వచ్చినట్లు తేటతెల్లమగుచున్నది. వీరు వేదములు అనగా శాస్త్రములో ప్రావీణ్యతను సంపాదించినవారు. వీరినే తదుపరి వచ్చిన ఆర్యులు తమ గోత్రకర్తలుగా చెప్పుకున్నారు. ఎవరి ముత్తాత ఎక్కడి నుండి వచ్చాడో చెప్పేవే గోత్రాలు. జర్మనీలోని 'గోథమ్' ప్రాంతము నుండి వచ్చినవాడే గౌతముడు. నాటి గ్రీసు ఏగియన్ సముద్ర ప్రాంతం నుండి వచ్చిన అగ్స్టసే అగస్త్యుడు. కాస్పియన్ సముద్ర తీరవాసి అయిన కశ్యపుడనబడిన వాడు కాస్పియన్. ఈ విధంగా యురేషియాలోని అనేక ప్రాంతాల నుండి వచ్చిన వారందరినీ ఋషులు అన్నారు. ఈ వచ్చిన వారంతా ముందుగా తమతమ భాషలలోనే మాట్లాడుకుని యుండవచ్చును. అయితే వీరందరూ కలసి క్రమంగా ఋషి నిలయాలు అనగా వారి స్థావరాలు స్థాపించుకొన్నప్పుడు ఒక కొత్త భాషను రూపొందించు కొన్నారు. ఆదిలో అది యురేషియన్ భాషల సమ్మేళనమై (అనగా జర్మన్, రష్యన్, గ్రీకు, లాటిన్ మొదలగునవి) సెమిటిక్కుల భాషలయిన అరామియా, హిబ్రూ భాషలు కలసి, కాలం గడిచిన పిదప పరిష్యన్ భాష కూడ కలసి 'సంస్కృతం'గా రూపొందింది. ఈ విధంగా అనేక భాషలచే సంస్కరింపబడినది గాన సంస్కృతం అన్నారు.

యురేషియా నుండి వచ్చిన ఆర్యులు అనగా ఋషులు విదేశీ యాత్రికులు. మైనర్ ఆసియా నుండి వచ్చిన ఆర్య ఉప జాతులు మాత్రం ఆ ప్రాంతంలో ఆధిపత్య పోరాటానికి నిత్యము జరుగుచున్న సురాసుర యుద్ధాలు అనగా అచ్చటి ఫిలిస్తీయులు (పౌలస్త్యులు),

సిరియనులు (సురులు), అషూరులు (అసురులు) మధ్య జరిగిన యుద్ధాల మూలంగా అచటి నుండి స్థావరాలు మార్చి మనదేశం చేరారు. ఇంకనూ ఖగోళ వేదము, క్యాలండరు వేదము, ఆయుర్వేదము, స్వర్ణవేదము (బంగారం తయారు చేయు శాస్త్రము), శకున వేదము ఇంకను అనేక **occult sciences** తెలిసిన ఆర్యులు అచ్చటి రాజాగ్రహానికి గురియై బహిష్కరింపబడిన వారో, తూర్పు ఆసియా లేక దక్షిణ ఆసియా రాజుల యొద్ద ఆశ్రయాలు పొందటానికి బయలు దేరినవారో ఆనాటి ఋషులు. సెమెటిక్కు రాజులు, పర్షియన్ రాజులు, సుమేరియా రాజులకు ఆర్యులు పెట్టుకున్న పేరు 'ఇంద్రులు'. సప్త సింధూలోయ నాగరికత లోతట్టు జాంబువద్వీపంలోని రాజులను వీరు అసుర రాజులు అని పిల్చారు. మొదటగా వీరి వలసలపై ముఖ్యంగా ఆర్య స్త్రీలను అపహరించడం, అవమానించడం సెమెటిక్కు రాజులు నిస్సంకోచంగా చేశారు. దీనినే ఇంద్రుడు పతివ్రతలను అవమానించినట్లుగా ఆర్యులు వ్రాసుకున్న కథలలో చూడగలము. ఆ విధంగా సెమెటిక్కు రాజుల అవమానానికి, పరాభవానికి గురైన వారు ఎక్కువ వసతిగానున్న కాశ్మీరము, ఎగువ సింధూ ప్రాంతాలకు వలస వచ్చినప్పుడు ఇక్కడ కూడా ద్రావిడ రాజులైన అసురులను గాంచి వారు నిర్ఘాంతపోయి ఉండవచ్చు. వలసవాదులను ఎదుర్కొన్న ప్రతి ద్రావిడ రాజును, అసుర రాజును, స్థానిక రాజులను; మూలవాసిరాజులను ఆర్యులు రాక్షసులుగాను, క్రూరులుగాను వర్ణించారు. అగ్నివేదం తెలిసిన వీరు నిత్యము అగ్నిని కాపాడుకొనుటకు ఇష్టదైవమైన సూర్యుని ఆరాధించుటకు, చీకటిలో క్రూరమృగాలు, తమకు శత్రువులయిన స్థానిక యుద్ధ వీరుల నుండి కాపాడుకొనుటకు వీరు యజ్ఞగుండాలను (అగ్నిగుండాలు) తయారు చేసుకొన్నారు. ఆర్యుల నివాసాలకు రక్షణగా ఉన్న యజ్ఞ గుండాలను భగ్నము చేయుటకు అనార్యులు అనగా స్థానికులు విపరీతమైన దాడులు నిర్వహించేవారు. సిరియనులు, అసీరియనులు మధ్య జరిగిన (సురాసుర యుద్ధాలు) యుద్ధాల మూలంగా ఆసియా మైనరు నుంచి నిర్గమించిన వీరికి ఈ దేశపు అసురరాజుల బెడద ముందు నుయ్యి వెనుక గొయ్యి చందమయినది.

ఈ విధంగా నైనా సప్తసింధూ లోయలో వలసలు స్థాపించుదామనుకున్న ఆర్యులు స్థానికుల ప్రతిఘటన వలన ఒక క్రొత్త ఆలోచన చేయవలసి వచ్చినది. అదేమనగా తమను, తమ మహిళలను నీచంగా అమర్యాదగా చూసిన సుమేరియన్, పారశీక, సిథియన్ రాజులనే అనగా ఇంద్రులనే మరలా శరణు జొచ్చవలసి వచ్చినది. ఈ విధంగా ఇంద్రులతో కుదిరిన కొత్త మైత్రితో వారి యొక్క సైన్య సహకారాలతో సింధూ నాగరిక పట్టణాలైన హరప్పా, మొహంజదారో పట్టణాలను ధ్వంసము చేసి అసురరాజులను ఓడిస్తూ, స్థానిక రాజులను

అంతమొందిస్తూ జాంబువ ద్వీపములోనికి ప్రవేశించగలిగారు. దేవేంద్రుని ఋగ్వేదంలో వీరు కీర్తించి గానాలు చేశారు. ''పురంధరుడు'' అనగా దస్యుల పురములను, దస్యులను దహించిన వాడని అర్థము. అప్పటి ఋషులకు, మునులకు పారశీకంలోని బహమన్ ప్రాంతాలలో స్థావరాలు ఏర్పరచుకొనిన అనేక ఆర్య ఉపజాతులు కూడా వచ్చి ఆర్య వలసలలో కలవడం జరిగినది. ఈ విధంగా తామే దేవతలం, తామే బ్రహ్మలము, తామే భగవత్ స్వరూపులం అని అహంకరించిన ఆర్య ఉపకులాలన్ని తామే భూసురులం అని చెప్పుకున్నారు. మధ్యదరా ప్రాంతములో సిరియనులు నాగరికులైతే, ఈ భూమి అనగా జాంబువద్వీపంలో మేమే నాగరికులం అని చెప్పుకొనుటకు చేసిన ప్రయత్నమే ''భూసుర వాదం'' కావచ్చు. వీరి వలసలు గంగా, సింధూ మైదానాలలో విస్తరించుటకు ముందుగా తోడ్పడి, తర్వాత ఆర్యావర్తములో రాజ్యాలు స్థాపించిన రాజులే సిథియన్లు, పార్థులు, సుమేరియన్లు. సెమెటిక్కులయిన వీరినే క్షత్రియులన్నారు. ఈ విధంగా ఈ దేశవాసులైన ద్రావిడ రాజులను, పశుపాలక (యాదవ), జాంబువ, నాగ జాతులను జయించి ఆర్యులు రాజ్యాలు స్థాపించుకొన్నారు.

ఆర్యులు, సెమెటిక్ రాజులు కలసి పోయారా? వర్ణవ్యవస్థ అంటే ఏమిటి? ఆర్యులు రంగును బట్టి జాతులుగా విభజించారా? మరి నల్ల జాతులైన కుబేరులు, వైశ్యులు ఆర్యులెలా అయ్యారు? వర్ణవ్యవస్థ కులవ్యవస్థగా ఎలా మారినది? ఈ వ్యవస్థలోఅనార్యుల స్థానం ఏమిటి? దస్యులు దాసులు ఎలా అయ్యారు? చతుర్వర్ణ వ్యవస్థ ఎలా రూపొందింది? అంటరాని తనం ఎలా వచ్చినది? ఈ ప్రశ్నలకు జవాబులు తదుపరి అధ్యాయంలో చూద్దాం.

వర్ణ వ్యవస్థ

ఆర్యుల మంచి లక్షణం విద్య - అధ్యయనం, అయితే దుర్లక్షణం ఆధిక్యత అహంభావం. ఆర్యులు గంగా, సింధూ మైదానములలో వలసలు ఏర్పరచుకుని చిన్న చిన్న రాజ్యాలు స్థాపించుకున్నా స్థానికులతో వారికి బెడద తప్పలేదు. ముఖ్యంగా యురేషియా నుండి వచ్చిన ఆర్య జాతులు తమ రంగును, విద్యను బట్టి ఆధిక్యతను ప్రదర్శిస్తూ రంగు తక్కువగా ఉన్న అనగా గోధుమ రంగులో ఉండి వారితో వచ్చిన వలస వాదులను, స్థానికులైన ఆస్ట్రలాయిడ్, మంగోలాయిడ్స్, పూర్తి నల్లరంగులో ఉన్న నీగ్రోలాయిడ్ జాతులను హీనభావంతో చూచుట ఆరంభించారు. ఆర్యులు వారి వంశకర్తలను బ్రహ్మలు, ప్రజాపతులు అని పిలుచుకొని, ఆర్యజాతికి చెందిన యురేషియనులందరు తమకు తాము 'బ్రాహ్మణులమ'ని చెప్పుకున్నారు. ఈ పదాన్ని వారు పర్షియాలోని బహమన్ ప్రాంతానికి ఆపాదించుకున్నారు. రష్యాలోని ఓల్గా కంటే దగ్గరగా ఉండటం వల్ల అనువుగా ఉంటుందని సెమిటిక్ ప్రాంతం కాబట్టి సెమిటిక్ జాతులైన మైనరు ఆసియాకు చెందిన యుద్ధశూరులు, రాజులు అయిన సిథియనులు, సుమేరియనులు, మీడులు (మాదీయులు), పార్థియనులు వీరిని తమ వారిగా మన్నించుటకు బహుశా 'బ్రాహ్మణ' అనే పదాన్ని ఉపయోగించుకుని యుండవచ్చును. అదే విధంగా పైన చెప్పిన యుద్ధ శూరజాతులకు బ్రాహ్మణులు పెట్టిన పేరు క్షత్రియులు. ఈ క్షత్రియులు అను పదం 'సిథియనులు' అనే ఆరామిక్ పదానికి సంస్కృత రూపం కావచ్చును. అదే విధంగా బ్రం లేక బ్రమ్ అనే హిబ్రూ పదాన్ని వీరు సంస్కృతములో బ్రహ్మం అని కూడా అన్నారు. బ్రం అంటే జాతిపిత లేక మూల పురుషుడు అని అర్థం. ఆర్యుల ఉపజాతికి ఒక్కొక్క మూల పురుషుడు ఒక్కొక్క బ్రహ్మగా పిలువడ్డాడు. వీరినే నవబ్రహ్మలు అన్నారు. అదే విధంగా సప్తఋషులు ఒక్కొక్క కాలానికి ఒక్కొక్క **set**గా మనకు అనేక **sets**గా దర్శనమిస్తారు. అనగా ఆర్యులు తెరలు తెరలుగా వలస వచ్చిన విధానికి ఆ తెరలకు నాయకత్వం వహించిన వారి గురువు లేక ''పెద్ద దిక్కులు''గా ఋషులు చూడబడ్డారు. ఆర్యులతో సెమిటిక్కులతో సంబంధాలు ఏర్పరచుకున్న కొన్ని ఉపజాతులు, పూర్తిగా సెమిటిక్కు జాతులు అయిన క్షత్రియ జాతులు ఒక వీసం వర్ణములో తక్కువ. ఆర్యులు క్రీ.పూ. 3 వేల సంవత్సరాల నాడు

దస్యులనబడే స్థానికులను శత్రువుల సహాయంతో జయించి ప్రాథమిక వర్ణ వ్యవస్థను ప్రారంభించారు. కాబట్టి జనవాసాలలో, వనవాసాలలో ఋషులు అనబడిన ఆర్యుల గురువులు వారి అనుచరులు వర్ణధర్మాన్ని అమలు జరిపారు. అనగా తెలుపు వారు, నలుపు వారితో కలవరాదు. అదే విధంగా శాస్త్రాలు విద్య లేని లేక విద్య అతి తక్కువగా అభ్యసించిన సెమెటిక్కులను వారి గోధుమవర్ణ కారణంగా వారు క్షత్రియులైనా, బలవంతులయినా, రాజ్యాలు స్థాపించినా తక్కువగానే చూశారు.

క్షత్రియులను వర్ణం కారణంగా ఆర్యులు తక్కువగా చూసినా, ఆర్యులను కొందరు సహించారు, కొందరు సహించలేదు, కొందరు భరించారు, కొందరు భరించలేదు. ఆర్యులు, క్షత్రియులు ప్రధాన దైవం సూర్యుడు, అగ్ని అయినా వారందరు కలిపి తయారు చేసుకొన్న భాష సంస్కృతమయినా యజ్ఞం, వేట, వ్యవసాయం మొదలయిన జీవన విధానాలు ఒకటే అయినా వారికి దస్యుల నుండి అసుర రాజుల నుండి వారి వలసలకు ఎన్ని అవరోధాలు వచ్చినా వారు ముందుగా ఒకటి కాలేక పోయారు. ఇతిహాసాలలో మనము గమనించినది ఏమంటే బ్రాహ్మణులు, క్షత్రియుల ఆధిపత్యానికి, అధికారానికి పరస్పరం కలహించు కొన్నారు. వారిని వీరు, వీరిని వారు తెగనరుకుకున్నారు. బ్రాహ్మణులకు నిజంగా యుద్ధ వీరులు భయపడనవసరం లేదు. కానీ క్షత్రియులు మున్ముందుగా జంకిన మాట వాస్తవం. వర్ణ ధర్మాన్ని వ్యతిరేకించిన క్షత్రియులు, ఋషులకు, మునులకు ఎందుకు భయపడ్డారు? కొంచెము మనము పరిశీలనగా చూస్తే కారణాలు దొరుకుతాయి. వీరికి అనేక విద్యలు శాస్త్రములు తెలిసియుండుట మొదటి కారణం కావచ్చును. వీరిలో భూరిశ్రవులు అనగా బంగారం తయారుచేయు విద్య తెలిసినవారు, భాస్వరులు అనగా పచ్చ భాస్వరమును ఉపయోగించి గాలిలో మంటలను పుట్టించ గలిగిన వారు, కనికట్టు విద్య తెలిసిన వారు, కాలానుగతములను తెలిసిన క్యాలెండరు తయారు చేయువారు, నక్షత్రగమనం తెలిసిన వారు, భవిష్య విద్య నేర్చినవారు, ఆయుర్వేదము తెలిసినవారు, గణితం తెలిసినవారు, ఉన్నందున వీరికి జంకి యుండవచ్చును. వీటిలో కొన్ని **occult sciences** కొన్ని స్థిరీకరింపబడిన శాస్త్రాలు. రెండవ కారణం వీరిలో కొందరు యుద్ధతంత్రం, యుద్ధ విద్యలు కూడా తెలిసిన వారై యుండవచ్చును. తమ స్త్రీలను అవమాన పరచినప్పుడు క్షత్రియులపై పోరాడిన జమదగ్ని, పరశురాముడు ఇందుకు ఉదాహరణ. **Knowledge is power, colour is supreme** అనేది బ్రాహ్మణుల వాదం. **Might is right, colour is secondary** అనేది క్షత్రియుల వాదం. ఈ విధంగా వర్ణ వ్యవస్థను ముందుగా వ్యతిరేకించిన వారు క్షత్రియులే. అనార్యులతో పోరాటానికి ఒకరికొకరు సహాయ పడుకుంటూనే వారిలో వారు ఆధిక్యానికి వర్ణపోరాటం చాలా కాలం సాగించారు.

ఇంతలో వీరికి ఒక కొత్త రూపం కూడా ఎదురైంది. వారే కుబేరులు, వర్తకులు, శ్రేష్టులు. వీరితో అవసరం కలగటం ఆర్య క్షత్రియులకు ఆర్థిక పరమైనది. కుబేరులు అనగా వంకర శరీరం గలవారు లేక కురూపులు అని అర్థం. వీరు సుడాను, షీబా లేక ఇథియోపియా మొదలగు ఆఫ్రికా దేశాల నుండి వలస వచ్చిన నీగ్రోలాయిడ్స్. వీరు నాటి మైనరు ఆసియా, పర్షియా అనగా తూర్పు మధ్యదరా ప్రాంతము నుండి కాస్పియన్ సముద్రం క్రింద, తూర్పున సింధూనది వరకు గల ప్రదేశములో ఒంటెలు, కంచర గాడిదలపై వర్తక సామాగ్రిని ఉంచుకుని దేశాటనము చేయుచు వర్తకము సాగించిన నీగ్రోలు. వీరికి వాణిజ్యపరంగాను, దేశాటనము వల్లను అనేక దేశాల భాషలు వచ్చియుండుట, రాజులు, భాగ్యవంతులతో వర్తక లావాదేవీలు కలిగి యుండటంతో కొందరైతే విదేశాలలో స్థిరనివాసం ఏర్పరచుకొన్నారు. సంచారులైన వర్తకులు ఆసియాలో ముఖ్యంగా మన దేశంలో స్థిరనివాసం ఏర్పరచుకొన్న వీరు ఆఫ్రికా ఆటవిక సంపదను తెచ్చి అమ్మటం, వస్తుమార్పిడి ద్వారా ఆసియాలో దొరకు వస్తువులను ఆఫ్రికాలో అమ్మకం జరిపేవారు. వీరినే సిద్ధులు, సిద్ధిక్‌లు అన్నారు. సిద్ధనుండి వచ్చినది 'శెట్టి' రూపం. వీరు నల్లటి వారైనను ఆర్యులు వీరిని తక్కువ భావంతో చూసినను వర్తకులకు గల ఆర్థిక బలం వారిని ఆర్యులకు దగ్గర చేసింది. వారి వర్తక అవసరాలకు, వాణిజ్య అవసరాలకు తమ వలసలకు ఉపయోగపడిన వీరిని ఆర్యులు తప్పనిసరిగా వ్యవహార సంబంధములను ఏర్పరచుకొనవలసి వచ్చింది. **Money makes many things.** ఆర్యులు అయిష్టంగా వారిని వయస్యులుగా స్వీకరించారు. తరువాత వీరిని వైశ్యులు అన్నారు. 'ఆర్య వయస్యుల'మని అనగా మేమూ ఆర్యులమే అని ఆనాటి నుండి వైశ్యులు చెప్పుకొనుచున్నారు. వైశ్యుల కలయికతో త్రివర్ణ వ్యవస్థ రూపుదిద్దుకున్నది. దీనిలో సంధులు - షరతులతో కూడిన ఒక రంగుల వ్యవస్థకు నాందీరూపం జరిగినది. రాచరికానికి, రాజ్యాధికారానికి తల ఒగ్గిన బ్రాహ్మణులు తమ వర్ణం, జ్ఞానం విషయంలో మాత్రం తలవంచలేదు. వర్ణ వ్యవస్థలో ఆ విధంగా తెలుపువారైన ఆర్యులు ఆధిక్యం కల్పించుకున్నారు. గోధుమ వర్ణం వారైన క్షత్రియులకు తమ క్రింది స్థానాన్నిచ్చారు. నీగ్రోజాతి అయిన (నలుపుజాతి) వైశ్యులకు మూడవ స్థానం ఇచ్చారు. ఈ విధంగా వారి సామాజిక వ్యవస్థలో వర్ణాశ్రమ ధర్మాలు ఏర్పరచుకున్నారు. ఈ విధంగా వర్ణవ్యవస్థ ఆవిర్భవానికి కారణం ఆర్యులు. వలసవాదులైన వీరంతా కలసి వుంటూనే వివాహాది సంబంధాలు పెట్టుకోకూడదని, ఆర్యులు మేధా సంపన్నులు గాన, రాజగురు, పురోహిత వర్గానికి అత్యధిక గౌరవం ఇవ్వాలని, క్షత్రియులు తమ వలసలను కాపాడాలని, వైశ్యులు ఆర్య వలసలకు కావలసిన వ్యాపార అవసరాలు **Economic needs and supplies** చూడటానికి ఏర్పరచుకొన్న ధర్మమే 'వర్ణ ధర్మము'. అనగా **Compartmentalisation and the theory of superiority on the basis of colour** వర్ణ ధర్మానికి ఆధారాలు. అయితే ఇందులో నిగూఢంగా **racial discrimination** దాగియున్నది. ఆర్య తెగలన్నీ ఒక

జాతి, సెమెటిక్కులలోని militant ఉపజాతులన్ని ఒక జాతిగాను, నీగ్రోలాయిడ్ వర్తక ఉపజాతులన్ని ఒక జాతిగాను, అనగా బ్రాహ్మణ జాతిగా, క్షత్రియ జాతిగా, వైశ్యజాతిగా ఒక క్రమంలో రూపొందటం, వారి విధులకు ధర్మం అని పేరు పెట్టి, ప్రతిజాతి తమ విధులను నిర్వర్తించాలి అని నిర్ధారించు కోవడంతోనే వర్ణ వ్యవస్థలో పరోక్షంగా విదేశీ జాతుల విభజన కూడా దాగి ఉన్నది. ఈ విధంగా విద్య, జ్ఞానం, శాస్త్రానికి పెద్ద పీట వేయువలసినదిగా క్షత్రియులను, వైశ్యులను ఒప్పించిన బ్రాహ్మణులు, నిజానికి నీగ్రోలాయిడ్, సెమెటిక్ జాతులపైన వారి ఆధిక్యతను నిలబెట్టుకున్నారు. అదే విధంగా వారి తెలుపురంగుకు కూడా విలువ తరగకుండాను, గోధుమ, నలుపు రంగులతో కలసి వర్ణం తక్కువ కాకుండాను కట్టు దిట్టమైన ఏర్పాటు చేసుకున్నారు.

వర్ణ వ్యవస్థ అనార్యులకు కూడా వర్తించిందా? వర్ణ వ్యవస్థ ఆవిర్భవించిన సమయములో దస్యులు ఏ విధమైన జీవనం సాగించారు? దస్యులు లేక అనార్యులు ఆర్యులతో కలిసి పోయారా? ఆర్యులతో గొప్ప పోరాటము సల్పిన దస్యులకు ఏగతి పట్టింది? విభజించి పాలించే వ్యవస్థ బ్రిటీషువారు తెచ్చిందా? లేక ఆర్యులు తెచ్చిందా? మహోన్నతమైన శ్రమ, జీవనం, ఉత్పత్తి సమాజం ఏ విధంగా అణగదొక్కబడినది? అంటరానితనం రావడానికి గల కారణాలు ఏమిటి? కుల వ్యవస్థ రూపొందించుటకు కారణాలు మతపరమైనవా; సాంఘిక పరమైనవా; జాతి పరమైనవా; ఆహారపు అలవాట్లకు సంబంధించినవా; కుల వ్యవస్థ ఆవిర్భావానికి గల కారణాలేమిటి? అనే విషయాలను ముందు అధ్యాయంలో చర్చించుకుందాము...

బాబాసాహెబ్ అంబేద్కర్

కుల వ్యవస్థ

ఆర్యులు మనదేశంలో స్థావరాలు ఏర్పరచుకుని చిన్న చిన్న రాజ్యాలు స్థాపించి వర్ణాశ్రమ ధర్మాన్ని వ్యవస్థీకరించుకొనుట, క్రీ. పూ. 2500 సంవత్సరముల నాటికి జరిగింది. అప్పటి ఆర్య సమాజం అనగా వలసదారుల సమాజంలో బ్రాహ్మణ, క్షత్రియ, వైశ్యులు మాత్రమే ఉన్నారు కదా! ఆనాటి స్థానిక జాతులైన యాదవ, జాంబువంత, మత్స్యకార, నాగులు, అదే విధంగా ఇక్కడ రాజ్యాలేర్పరచిన కొందరు అసుర రాజులు వారి బలగాలు నిత్యము ఆర్య విస్తరణను అడ్డుకొనుటలో విఫలురౌతూ వచ్చినా పోరాటం మాత్రం మానలేదు. స్థానికులను దస్యులని, ద్రావిడులని చెప్పుకున్నా వీరిలో అనేక ఉప తెగలు ఉన్నా వీరి మతం ప్రకృతి ఆరాధన. పరమ శివుని, అమ్మ తల్లిని (దుర్గ) పూజించేవారు. ప్రకృతి ప్రసాదించిన అపారమైన సహజవనరుల నుంచి, వీరికి ఆహారం, నివాసం, వసనం లభ్యమౌతుండడంతో వీరికి వాణిజ్య అవసరాలు లేవు. మాతృస్వామ్య వ్యవస్థలో వీరి జీవన విధానము సాగేది. ఆర్యులు వచ్చి అసుర రాజులకు లేక మూలవాసిరాజులకు ఒకరిపై ఒకరిని పోరాటానికి పురికొల్పే వరకు జనులలో రాజ్యాధికార కాంక్ష, రాజులకు రాజ్య విస్తరణ కాంక్ష లేనట్లున్నది. అనగా సలిలోదక పూర్ణమైన జాంబువ ద్వీప తటాకంలో ఆర్యుల రాక కలగుండు వంటిది. ఆర్యులు సూర్యుని, అగ్నిని పూజిస్తూ తాము దేవతాగణములు గాన భగవంతుని ప్రతి రూపాలుగా అనార్యులను ఒప్పించుటకు ప్రయత్నించారు. ఆర్యులు విద్య, అధ్యయనంలో బాల్య యవ్వనాలను గడిపెడివారు. అనార్యులు manhood training, womanhood training అనగా పురుషత్వ, స్త్రీత్వ శిక్షణ పొందేవారు. ఈ శిక్షణ ప్రకృతి శిక్షణ. శరీరము, మేథస్సు రెండింటికి శిక్షణ. ఆర్యులది మేథో శిక్షణ మాత్రమే. ఆల్బర్ట్ స్క్వెట్జర్ అను ప్రకృతి తత్వవేత్త మాటల్లో "Civilisation began with manual labour but not with reading and writing." ఈ నిర్వచనము ద్వారా ద్రావిడ నాగరికతయే గొప్పదని చెప్పకనే చెప్పుచున్నది. అయితే ఆర్యులు మంత్రము, తంత్రములను అనార్యులను భయకంపితులను చేయుటకు ఉపయోగించిన సంస్కృత మాయాజాలం. వారు వలస వాదులు గాన, రాజ్య విస్తరణకై నిత్యము యుద్ధములు సాగించి అనార్యులను ఊచకోత కోయుట, భయ భ్రాంతులను చేయుట ప్రకృతి ప్రసాదించిన వారి సంపదలను తమదిగా చేసికొనుట వారి రాజకీయ ధర్మమైయున్నది.

అనార్యులకు భిన్నంగా వారి అలవాట్లకు తగిన సామా(గ్రిని, సరంజామాను దిగుమతి చేసికొనుట ఇక్కడ లభించిన ప్రకృతి సంపదను పరదేశాలకు లేక వారి వలసల మధ్య పంపిణీ చేసుకున్నదే వ్యాపార ధర్మం కూడా. అనగా అనార్యులను రాజ్యభ్రష్టులను గావించడం, అనార్యులను దోచుకొనుట, వారినుండి దోచుకున్న దానిని పంచుకొనుట ఇదియే ''ఆర్య ధర్మ''మై యున్నది. ఈనాటికి కూడా కులాల వారీగా ఆర్థిక అసమానతలు ఉండటానికి ఆనాడు నెలకొల్పిన ఆర్య ధర్మమే కారణం.

పురాణ ఇతిహాస కాలం మొత్తము ద్రావిడ రాజులను అసుర రాజులను రాజ్య భ్రష్టులను చేయుట, వారిని పాతాళం అని చెప్పబడిన ఇండో - చైనా, ఇండోనేషియా మొదలగు ద్వీపాలకు తరిమి వేయడం జరిగింది. బలి చక్రవర్తిని, సువర్ణ ద్వీపాలలోని (ఇండోనేషియా) ''బలి'' అనే ద్వీపానికి తరిమి వేయుటయే బలి - వామనుడి గాథ. శివభక్తులైన లేక శక్తి (అమ్మ తల్లి) ఉపాసకులైన ఎందరో అసుర రాజులైన హిరణ్యాకశిపుడు, నరకాసురుడు, మహిషాసురుడు, రావణాసురుడు మొదలైన వారిని జయించి క్షత్రియులు తమ ఆధిపత్యాన్ని నిలుపుకున్నారు. విష్ణువే భగవంతుడని ఆర్య రాజులు విష్ణువు ప్రతిరూపాలని, స్థానికులు అనగా దస్యులు వారికి మొక్కునట్లు చేసుకొన్నారు. అనగా ఇది మత మార్పిడి క్రిందకు వస్తుంది. అదే విధంగా సువర్ణము, మణుల విలువలు తెలిసి, వాటిని ఆభరణాలుగా ఉపయోగించడం తెలిసిన భాగ్యవంతుడయిన జాంబువులను జయించి విలువైన సంపద దోచుకుని వారిని బికారులను చేసిరి. క్షత్రియుడైన శ్రీకృష్ణునకు ఆది జాంబువుడైన జాంబువంతునకు జరిగినది చారిత్రిక పోరాటం. ఈ ఇతిహాస కథాగమనములో గమనించదగినది ఏమిటంటే ఆది జాంబువులు ఆస్ట్రలాయిడ్ జాతికి చెందిన వారని, సంపన్నులని, నాగరికులని, వీరి పేరు మీదుగానే ఈ దేశాన్ని జాంబువ ద్వీపం అన్నారు అని.

ఇక నాగుల అణచివేతపై, ఊచకోతలపై ఎన్నో యుద్ధాలు పురాణ కథలలో గమనించ గలము. ఇదే విధంగా యాదవులు, పల్లెకారులు, ఆర్యుల వలసలను అరికట్టుటకు ఎన్నో ప్రయత్నాలు చేశారు. ఆర్యులు కుతంత్రమైన రాజ్యతంత్రముతో అనార్యులను మచ్చిక చేసికొన్నారు. ముఖ్యంగా పశుపాలకులు, గొల్లలు అయిన యాదవులను, పల్లెకారులను వారి వ్యవస్థలో కలుపుకొనుటకు ప్రయత్నించారు. ఇది కూడా వారి రాజ్య విస్తరణ విధిలో ఒక భాగమే. యాదవ రాజులకు యదురాజులని పేరిడి క్షత్రియులు కలుపుకున్నారు. కృష్ణుడు యాదవులలో పెరగటం, యాదవులు క్షత్రియుల మధ్య వివాహాది సంబంధాలు పెరుగుట, ఈ కలయికకు గల దృష్టాంతాలు. అదే విధంగామత్స్యగంధి పరిణయం, ఉలూచి పరిణయం మొదలైన పురాణ గాథలు సూచించేదేమిటంటే ఆర్యులు అనార్యులను కొందరిని

తమ ప్రయోజనాల కొరకు తమ ఉనికిని స్థిరీకరించుకొనుటకు చేసిన ప్రయత్నాలు. ఈ విధంగా ముఖ్యంగా యదురాజులను, గంగపుత్ర రాజులను కలుపుకున్నారు. అయితే వీరితో కలవడానికి నిరాకరించిన అనార్యులు పోరాటం సాగిస్తూనే ఉన్నారు.

అనార్యులతో సంబందాలు కల్పించుకుని వారిని తమ వ్యవస్థలో భాగస్వాములుగా చేసుకున్నట్లు నటించినా, తమ ప్రయోజనాలు సిద్ధించిన తరువాత వారికి వర్ణ వ్యవస్థలో ఏ స్థానం ఇవ్వాలి అనేది ప్రశ్నార్థకం అయినది. శ్రామికులు, ఉత్పత్తి సమాజమైన దస్యులను కొందరిని వీరు అప్పుడు కలుపుకున్నారు. తద్వారా 'త్రివర్ణ వ్యవస్థ', 'చతుర్వర్ణ వ్యవస్థ'గా మారినది. క్రమంగా అదియే 'కులవ్యవస్థ'గా ఘనీభవించినది. అనగా మన దేశంలో మొదటిగా **watertight compartment**గా నాలుగు వర్ణాల వ్యవస్థ రూపొందినది. ఇది క్రీ. పూ. 2 వేల సంవత్సరములనాడు జరిగి ఉండవచ్చును. వర్ణంతో సంబంధంలేని ఈ కుల వ్యవస్థనే చతుర్వర్ణ వ్యవస్థగా పరిగణించారు. చతుర్వర్ణ వ్యవస్థలో ముఖ్యమైన విషయాలు ఏమిటంటే (అ) అనార్యుల దైవాలైన శివపార్వతులను ఆర్యులు అంగీకరించుట (ఆ) రాజుని విష్ణు రూపునిగా బ్రాహ్మణులను దేవతలుగా అనార్యులు అంగీకరించుట. (ఇ) క్షత్రియుల పశుసంపదను పాలన చేయుటకు యాదవులు ఒప్పుకొనుట. అదే విధంగా రథాలను తోలుటకు సూతులుగా మారడం (ఈ) భూమి ప్రభువులది కాబట్టి ఆర్యుల స్వంతమైన తమ భూముల్లోనే పాలెకాపులుగా అనార్యులు మారడం (ఉ) ఇంకనూ చెమటోడ్చి పనిచేసే శూద్రులుగా దాసులుగా వీరంతా రూపొందడం. అనార్యులు ఐకమత్యంగా ఉండకుండా చేయుటకు 'వృత్తి'ని ప్రోత్సహించారు. శూద్రకులాలు అనేవి రూపొందుటకు కారణం 'వృత్తి విభజన'. ఇది క్రీ. పూ. 2 వేల సంవత్సరాలలో జరిగిన ఘటన. దస్యులు ఒకరితో ఒకరు కలవకుండా చేసిన ఈ ఏర్పాటు తమకు కూడా అనుకూలంగా ఉండటంతో ఆర్యులు **వాటి** సమాజంలో వర్ణ వ్యవస్థకు బదులు ''కుల వ్యవస్థ''ను స్థిరీకరించారు. అనగా వర్ణము బదులు వృత్తులను ఆధిక్యతకు గుర్తులుగా ఎంచుకున్నారు. అయితే నిశితంగా పరిశీలించిన వర్ణ వ్యవస్థ ఏ మాత్రం దెబ్బ తినలేదు. బ్రాహ్మణులు పురోహిత వర్గంగా కుల వ్యవస్థలో అగ్రస్థానములో ఉన్నారు. మొదటి వర్ణ వ్యవస్థలో వారిది అగ్రస్థానమే. కుల వ్యవస్థలో రెండవ స్థానంలో ఉన్న క్షత్రియులకు పూర్వపు వర్ణ వ్యవస్థలోను రెండవ స్థానమే. వైశ్యులకు వర్ణ వ్యవస్థలోను, కుల వ్యవస్థలోను మూడవ స్థానమే. అయితే పూర్వపు వ్యవస్థలోని 'వర్ణము'కు బదులు 'కులము'గా అందరికి వృత్తులు ఆపాదించడమైనది. శూద్రులకు నాల్గవ స్థానము క్రొత్తగా వచ్చి ఈ కుల వ్యవస్థలో చేరినది. గ్రీకు తత్వవేత్త, దార్శనికుడు **Plato** ప్రతిపాదించిన 'రిపబ్లిక్'లో చెప్పిన **Utopia** ఒక రాజ్యంలోని ప్రజలను వారి వృత్తులను బట్టి విభజించారు. వారికి వృత్తులను బట్టి ఆధిక్యతను కూడా సూచించాడు. ఉన్నత వర్గాలను **Counsellors** లేక **Elders** అని

అన్నాడు. అనగా పురోహితులు, గురువులు అని అర్థము. రెండవ స్థానం Militia అనగా రాజ్యాన్ని రక్షించేవారికి ఇచ్చాడు. మూడవ స్థానంలో Artisans అనగా చేతివృత్తుల వారు, శూద్రవృత్తుల వారు, వాణిజ్య వృత్తులవారు ఉన్నారు. ఈ చక్రంలో నాల్గవ స్థానము లేకపోయినా బానిసలను నాల్గవ స్థానంలో ఉంచాడు. ప్లాటో 'Republic' లో ఒక ముఖ్య విషయం ఏమిటంటే అతను సూచించిన వ్యవస్థలో ఒక వర్గము నుండి మరియొక వర్గానికి free movement ఉండేది. అనగా ఒక పురోహితుని వంశములోని తరువాత తరమువారు శూద్ర వృత్తులు స్వీకరించవచ్చు. అదే విధంగా ఒక Militia వంశజుడు పురోహితుడు కావచ్చు. ఒక వ్యక్తి తన aptitude, ability, ambition లను బట్టి ఒక వృత్తిని స్వీకరించుటకు అతనికి/ఆమెకు స్వేచ్ఛ ఉండేది. అయితే Plato క్రీ. పూ. 300-400 సం॥ నాటివాడు గాని కుల వ్యవస్థ క్రీ.పూ. 2000 సం॥ నాటిది. దీనికి భిన్నంగా ముందుగా ఆర్యులు రూపొందించిన కుల వ్యవస్థలో వృత్తిని జన్మతో ముడి పెట్టారు. ఒక వృత్తి నుండి మరొక వృత్తికి free movement నిషేధించబడినది. ఇదే 'మను' ధర్మ శాస్త్రము. దీనితో వృత్తులను బట్టి అనేక కులాలు వచ్చాయి. మను ధర్మశాస్త్రం వ్యక్తి స్వేచ్ఛను అరికట్టింది. పుట్టుబానిసతనం అంటగట్టింది.

ఒక వృత్తి నుండి ఇంకొక వృత్తికి మారుటకు ప్రయత్నించిన వారిని, శాస్త్రములు చదువుకొనుటకు ఉత్సాహము చూపిన వారికి మరణ శిక్ష విధించారు. ఉదాహరణగా శూద్రుడయిన శంభుకుని వధను పేర్కొనవచ్చును. అదేవిధంగా ఆటవికుడయిన ఏకలవ్యుడు విలు విద్యను నేర్చుకొనుటకు ప్రయత్నించినపుడు అతని అంగుళీయకమును ఆర్యులు నరికిరి. (నిజానికి విలువిద్య యనునది ఏకలవ్యునకు వెన్నతో పెట్టిన విద్య, కాని అతడు దానిని శాస్త్రయుక్తముగా అస్త్ర శస్త్ర విద్యలు నేర్చుటకు ప్రయత్నించెను.) ఇంత కఠినముగా ఆర్యులు కుల వ్యవస్థను స్థిరీకగించిరి.

వివాహ సంబంధాలు ఆర్యులైన మూడు జాతుల మధ్య కూడా పూర్తిగా నిషేధించ బడినాయి. వృత్తి విభజనను బట్టి శూద్రకులాలు ఆవిర్భవించాయి. ఈ శూద్ర కులాల మధ్య కూడా వివాహ సంబంధాలు నిషేధించబడ్డాయి. తల్లిదండ్రుల నుండి బిడ్డలకు సంక్రమించే వాటిలో కులం కూడ చేర్చబడమైనది. బహుశా అనార్యులు, ఆర్య జాతులలో సంకరము లేకుండా చేయుటకు అనార్యులను సేవక వృత్తిలోనే పూర్తిగా ఉంచుటకు అనార్యులను చిన్న వర్గాలుగా అనగా ఉపకులాలుగా విభజించి వారిలోని ఐక్యతా భావాన్ని రూపుమాపుటకు చేసిన ప్రయత్నమే కులం. కులం ప్రాతిపదికన వచ్చినదే కుల వ్యవస్థ.

కుల వ్యవస్థ వలన ఆర్యులకు ఒనకూడిన లాభమేమిటి? 1. బ్రాహ్మణులు గురువులుగా పురోహితులుగా విద్యను రహస్యం చేసి సంఘములో అధిక గౌరవానికి పాత్రులయ్యేలా

చూడటం; 2. క్షత్రియులు రాజ్య పాలనను వంశపారంపర్యంగా పదిలపరచు కొనుట; 3. వైశ్యులకు market విస్తరించుట; 4. శూద్రులు కష్టపడి పనిచేసి కుల వ్యవస్థలోని ఉన్నత వర్ణాలైన ఆర్యులకు తమ ఉత్పత్తులను ధారాదత్తం చేయడం. ఈ విధంగా కుల వ్యవస్థ అనార్యుల పాలిట శాపంగాను, భారంగాను పరిణమించినది. అందువల్లనే ఈనాడు మనం "Caste system is abnoxious and ignominious" అని ఖండించుచున్నాము. ఈ విధంగా శూద్రులు అవమానకరమైన జీవితాన్ని అంగీకరించవలసి వచ్చినది.

ఇప్పుడు మనం పరిశీలించవలసిన అంశం అనార్యులు అనగా దస్యులలో ఆర్యులతో కలసిపోక పోరాట పటిమను ప్రదర్శించి వారిని చికాకు పరచిన స్థానిక జాతులు ఏమయ్యాయి అని. ప్రపంచములోని ఏ రాచరిక వ్యవస్థల్లోను, దండ యాత్రల్లోను మనం గమనించేదేమిటంటే దండయాత్ర జరిపిన జాతి, వారితో పోరాడి, విజేతలకు ఎక్కువ నష్టాన్ని కలిగించి, వారిని ఎక్కువ చికాకు పరచి ఓటమి నొందిన జాతిని బానిసలుగా మార్చుట. పై ప్రమాణము వలన అనార్యులలో ఆర్యులను ఎక్కువగా వేధించి వారికి లొంగక పోరాడిన జాతులను, వారి కుల వ్యవస్థలో కలియక మిగిలిపోయిన స్థానిక జాతులను ఆర్యులు బానిసలుగావించారు. చతుర్వర్ణ వ్యవస్థ (కులవ్యవస్థ)లో బానిసలకు స్థానం లేదు. ఈ బానిసలలో ముఖ్యమైన రెండు జాతులు చేరి ఉన్నాయి. ఒకరు జాంబువంతులు, రెండవ వారు నాగులు.

బానిసలు ఎవరు? అస్పృశ్యత ఎలా వచ్చినది? అనే విషయ వివరణ ముందు కుల వ్యవస్థను గురించి ఇంకను తెలిసికొనవలసిన వాటిని గురించి చర్చిద్దాము. ఆర్యుల సిద్ధాంతం ప్రకారం మానవులు స్వాయంభవ మనువు సంతతివారు. పురుష సూక్తంలో మనువు శిరస్సు నుండి బ్రాహ్మణులు, బాహువుల నుండి క్షత్రియులు, ఊరవుల నుండి వైశ్యులు, పాదముల నుండి శూద్రులు పుట్టినట్లు చెప్పబడినది.

బ్రాహ్మణో అస్యముఖ మాసీత్। బాహు రాజన్యకృతః॥
యూరూ తవస్యయద్వైశః। శూద్రో పద్భామ్ అజాయత॥

ఈ సిద్ధాంతము కేవలం తమ ఆధిక్యతను చాటుకొనుటకు social hierarchy systemను పరిచయము చేయుటకు బ్రాహ్మణులు చేసిన ప్రతిపాదన మాత్రమే. symbolicగా చెప్పుటకు చేసిన ప్రయత్నము. Sudor అను Latin పదమునకు స్వేదము అని అర్థం. చెమటోడ్చి శ్రమించే మనిషిని అనగా Sudorని సంస్కృతములో 'శూద్ర' అని చెప్పుట జరిగింది. అనగా శ్రమ జీవనాన్ని service sector (సేవలు)ను కించపరుస్తూ దస్యులందరిని సాంఘిక చట్రములో అడుగున తొక్కిపట్టి వీరి శ్రమపైన, వీరి ఉత్పత్తులపైన

దైవదత్తంగా అధికారాన్ని చెలాయించే సిద్ధాంతాన్ని ఆర్యులు తయారు చేసుకున్నారు. ఆర్యులు తమ ఆధిక్యతను, తమ ప్రత్యేకతను చాటుకొనుటకు, కుల వ్యవస్థ ఆవిర్భావంతో గోమాంస భక్షణను మానివేసిరి. అదేవిధంగా నగర వ్యవస్థలో కోటలు, దుర్గాలు గ్రామీణ వ్యవస్థలో (జన పదములలో) 'బ్రాహ్మణ వాడీ'లనబడిన అగ్రహారములను ఏర్పాటు చేసుకున్నారు. శూద్రులను ఆర్య సమాజానికి దూరంగా ఉంచుతూనే వారిపై తమ ఆచార వ్యవహారాలను రుద్దగలిగారు. ఆ విధంగా శివపూజల నుండి విష్ణు ఆరాధనకు (రాజు విష్ణువు యొక్క అవతారం), మాతృస్వామ్య వ్యవస్థ నుండి పితృస్వామ్య వ్యవస్థకు, మృతజీవులను పూడ్చిపెట్టు ఆచారము నుండి దహనము చేయు ఆచారములోనికి, పసరు వైద్యము నుండి ఆయుర్వేదమునకు దస్యుల ఆచారములను మార్చివేసిరి.

అతి ముఖ్యంగా ద్రావిడుల జీవనశైలి ''కర్త సిద్ధాంతము'' నుండి అనగా ఒక జీవితంలో మానవుడు చేయు పనులకు మరణానంతరం అతడు ఉత్తర సాక్షి కాడు అనుదాని నుండి వచ్చినది. కాని తన చుట్టు ఉన్న సమాజం ఒక వ్యవస్థగా నడుపుటకు, ఒకరి సూచనలను ఒకరు గౌరవించుకొనుట, ఒకరి ఆస్తిని ఒకరు కొల్లగొట్టుకొనక, ఒకరిని ఒకరు నొప్పించక బహుస్వామ్య వ్యవస్థలో జీవించటం కర్త సిద్ధాంతము. జన్మలను ప్రతిపాదిస్తూ మనము పాత జన్మలో చేసిన పనులకు ప్రతిఫలము ఉత్తర జన్మలో అనుభవించాలి అనే సిద్ధాంతము ''కర్మ సిద్ధాంతాన్ని'' ప్రతిపాదిస్తుంది. కర్త సిద్ధాంతంలో పుణ్యానికి పాపానికి ఫలితాలను మనిషి అప్పటికప్పుడు ఆ సమాజంలోనే అనుభవిస్తాడు. అనగా మనిషి చేసే సత్కార్యాలకు గౌరవాన్ని, దుష్కార్యాలకు శిక్షని సమాజం నిర్ణయిస్తుంది. దీనిలో చెడునుండి మంచిదారికి పరివర్తన రూపంలో మళ్ళడానికి అవకాశం ఉంది. కానీ కర్మ సిద్ధాంతంలో పూర్వ జన్మలో చేసిన సత్కార్యాలకు **Positive results** అనగా భోగభాగ్యాలు, సంఘములో హోదా ఉత్తర జన్మలో లభిస్తాయి. అదే విధముగా మానవుడు చేసే దుష్కార్యాలకు దరిద్రం, అనారోగ్యం, కష్టజీవనం, సంఘములో అమర్యాద ఇవన్ని ఉత్తర జన్మలలో అనుభవించాలి. కర్మ సిద్ధాంతాన్ని జాగ్రత్తగా పరిశీలిస్తే ఇది ఆర్యులు తమకు అనుకూలంగా రూపొందించుకున్న సిద్ధాంతం. అనార్యులు నోరెత్తకుండా చేసిన సూత్రం. అనార్యులు మాకీ దురవస్థ ఏమిటి అని అడిగితే ఇది **'God's doctrine'**గా **'Divine Theory'**గానుడివి, పూర్వజన్మ ఫలం కాబట్టి మీ 'కర్మ' అని నోరు మూయించడానికి ఆర్యులు అనార్యులను చిత్తు చేయుటకు వేసిన వైదికాస్త్రము.

కుల వ్యవస్థలో తమ ఆధిక్యతను కాపాడుకొనుటకు ఆర్యులు ఎన్నో పథకాలను పై విధంగా పకడ్బందీగా రూపొందించుకున్నారు. క్రీ. పూ. 2 వేల సంవత్సరాల నాటికి కుల వ్యవస్థ ఘనీభవించే దశలో ఆర్యులు తమ అవసరాలను తీర్చుకొనుటకు ఆధిక్యతను

నిలుపుకొనుటకు కొన్ని adjustments చేసుకున్నారు. వీటిలో ముఖ్యమైనది ఆర్య దేవతలతో పాటు ద్రావిడ దేవతలను పూజించుకొనుటకు దేవతారాధనలో సదుపాయం కల్పించడం. ఆ విధంగా 'హరిహర' పూజలకు ఆస్కారం లభించింది. త్రిమూర్తులు అనగా బ్రహ్మ, విష్ణు, మహేశ్వరుల ''త్రిత్వం'' (Trinity) రూపొందింది. ఈ విధంగా ఆర్యులు మత పరమయిన 'భగవంతుని పూజలో' చిన్న మార్పును సూచించి శూద్రులైన అనార్యుల నుండి వ్యతిరేకతను దూరం చేసుకున్నారు. అదేవిధంగా శ్రమ విభజన (division of labour) రూపొందించారు. అయితే ఈ శ్రమ విభజనలో 'శ్రమ గౌరవం' శూద్ర వృత్తులకు లేకుండా చేశారు. Dignity of Labour కేవలం ఆర్య సేవలు (పూజారి, పౌరోహిత్యం, కర్మకాండలకు) మాత్రమే అనగా వైదిక వృత్తులకు మాత్రమే ఇచ్చి అనార్య సేవలు లేక శూద్ర వృత్తులకు ఆపాదించలేదు. శూద్రులను శూద్రులు, అతిశూద్రులు, అస్పృస్యులుగా 'Caste divisions' రూపొందించి వారికిచ్చిన వృత్తులను బట్టి ఉపకులాలుగా అనగా Sub-Casteలుగా విభజించటం జరిగినది. ఈ విధంగా అనార్యులు కుల వ్యవస్థ పాలబడి తమ దేశంలోనే అస్వతంత్రులై, స్వేచ్ఛాయుతమైన జీవితం నుండి కఠినతరమైన కట్టడి జీవితానికి బలియై ఆర్యులకు దాసులై హేయము, దుర్భరమైన బ్రతుకులు ఈడ్వవలసి వచ్చినది. అతి ఘోరమైన పరిణామం ఏమిటంటే దస్యులు అనగా దాసులు అస్పృశ్యులుగా వెలి జీవితాన్ని గడపటం.

అస్పృశ్యులు కుల సంకరాల వలన సంఘ బహిష్కృతులైన వారి సంతానమా? శూద్ర జాతులలోనే కొన్ని జాతులు అంటరానివారయ్యారా? అలా జరిగితే మత, ఆహార ఇతర ఆచార వ్యవహారాలు, అస్పృశ్యతకు గల కారణాలా? అస్పృశ్యులుగా బహిష్కృతులైన కులాలు ఏవి? అనే ప్రశ్నలకు జవాబులు ముందు ముందు పరిశీలిద్దాం...

అస్పృశ్యత

మానవ లోకంలో విభేదాలకు ప్రధాన కారణాలు రంగు, జాతి, వర్గం. మానవులలో విద్వేషాలకు, యుద్ధాలకు, దోపిడీకి, బానిసత్వానికి ఇవే ప్రధాన కారణాలు. కొన్ని దేశాల్లో వర్ణం పేరిట ద్వేషాలు చెలరేగి బానిసత్వం వచ్చినది. అన్ని దేశాల్లోను జాతుల మధ్య పోరాటం జరగటం, ఒక జాతి వేరొక జాతిని బానిసలు గావించటం, కొన్ని దేశాల్లో, ధనిక ఫ్యూడలిస్టు వర్గాలు Serfsని దోపిడికి గురి చేయడం, బానిసలుగా మార్చడం చరిత్రలోని అనేక పుటలలో చూస్తాం. అయితే మన దేశంలో జరిగిన ప్రత్యేకమైన అమానుషం ఏమిటంటే జాతి, రంగు, వర్గం కలగలసిన కుల వ్యవస్థను ఆర్యులు ఆయుధంగా వాడి శూద్రులు లేక దస్యులతో కొందరిని బానిసలు చేయడం. ఏ ఆదిమ జాతులైతే ఆర్యులను ఎక్కువగా నిరోధించుటకు, వారి వ్యవస్థకు చికాకు గలిగించ ప్రయత్నించారో వారిని అణగద్రొక్కి వారిని బానిసలు చేశారు. వీరిని వెట్టి చాకిరీకి (ఉచిత సేవలందిస్తూ, తమదంటూ ఏమిలేని) అంటరానివారిగా మార్చడం. కులవ్యవస్థలో ఆధిపత్యము మూడు కులాలకు చెంది, ఆర్యులపై పూర్తిగా ఆధారపడిన దస్యులు 'దేహి' అని అభ్యర్థించే పశుప్రాయమైన జీవులుగా రూపొందించబడ్డారు. పైగా వారిని ఏ మాత్రము చతుర్వర్ణ వ్యవస్థ అయిన కుల వ్యవస్థలో కలియకుండా చేయుటకు వారిని మానవ సమాజాలకు దూరంగా ఉంచారు. అంటరాని తనం అనేది ద్వేషం నుండి దోపిడి నుండి ఆధిక్యతల నుండి పుట్టుకొచ్చినది. The Annihilation of Casteలో డా॥ అంబేద్కరు అస్పృశ్యుని నీడ కూడా అగ్రకులాలకు తగలకుండా మైలపరచకుండా పీష్వారాజ్యంలో ఎలా ఉండేదో వివరించారు. ''అస్పృశ్యుడు'' ఆనవాలుగా మెడకు గానీ, ముంజేతికి గాని నల్లని నూలు తాడు కట్టుకోవలసి ఉండేది. అస్పృశ్యుడు మెడలో మట్టిముంత కట్టుకుని బయటకు వెళ్ళవలసి ఉండేది. అతడి ఉమ్మి నేలపై బడితే దానిని ఎవరైనా సవర్ణుడు పొరపాటున తొక్కితే అది ఆ హిందువులను మైలపరిచే అవకాశము ఉంది కనుక ఉమ్మి ముంతలో వేసుకునేందుకు ఈ ఏర్పాటు''! ఎంత ఘోరం.

అస్పృశ్యులు గ్రామాలకు దూరంగానైనా, చేరువగానుంటూ బానిసలుగా ఎలా బ్రతికారో బాబా సాహెబ్ వివరిస్తూ ''అస్పృశ్యులు నాజూకైన, ఖరీదైన దుస్తులు ధరించకూడదు. ఎవరైన సవర్ణులు చనిపోతే ఆ వార్తను చనిపోయిన వారి బంధువులకు తెలియపర్చాలి.

అ. వర్ణ వ్యవస్థ కాలంనాటి మానవ సమాజం - జనపదం

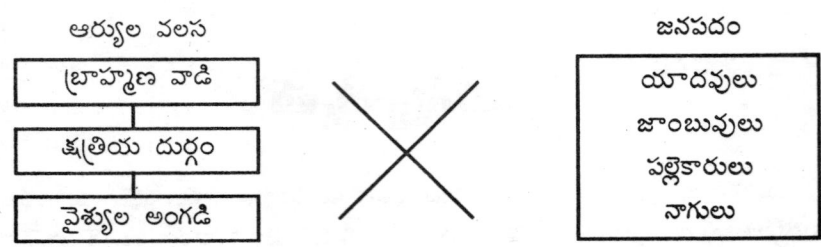

ఆర్యుల వలస

| (బ్రాహ్మణ వాడి |
| క్షత్రియ దుర్గం |
| వైశ్యుల అంగడి |

జనపదం

| యాదవులు |
| జాంబువులు |
| పల్లెకారులు |
| నాగులు |

ఆ. కుల వ్యవస్థ ఆరంభంలో మానవ సమాజం - ఊరు

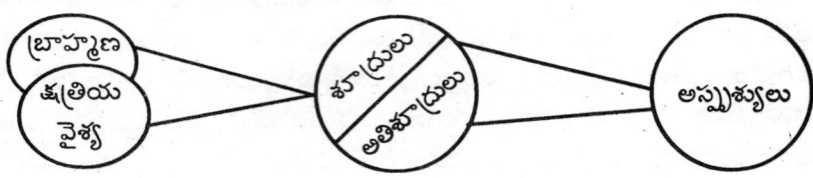

ఇ. మధ్య యుగంలో మానవ సమాజం - గ్రామం

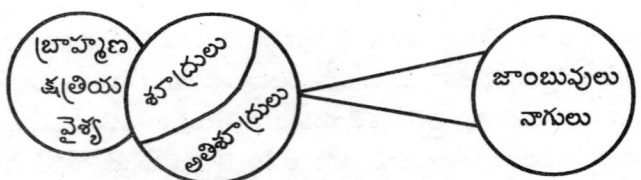

ఈ. ఆధునిక కాలమున మానవ సమాజం - ఊరు - పాడు

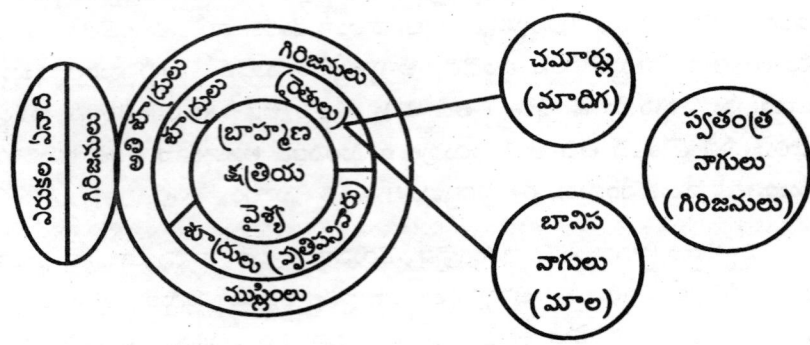

24

అగ్రకులస్థుల వివాహాలకు, ఊరేగింపులకు ముందు డప్పులు వాయించాలి. బానిస స్త్రీలు సువర్ణుల స్త్రీల కాన్పులన్నింటికి విధిగా హాజరై సేవ చేయాలి. ప్రతిఫలం కోరకుండా సవర్ణులకు అన్ని పనులు చేసి తీరాలి. దయ తలచి యిచ్చినది మాత్రము పుచ్చుకొన వచ్చును.''

ఈ బానిస విధానం అంటరానితనం క్రీస్తు తర్వాత 15వ శతాబ్దంలో మహారాష్ట్రలోనే ఇంత దౌర్జన్యపూరితంగా ఉందని బాబాసాహెబ్ చెప్పినదాన్ని బట్టి చూస్తే, దేశంలో అన్ని ప్రాంతాలలోను, అన్ని రాజ్యాలలోను ఇదే విధానం కొనసాగింపబడి ఉంటుందిగదా! అట్టి పరిస్థితులలో క్రీ.శ. 15వ శతాబ్దంలోనే ఇలా ఉంటే క్రీ॥ పూ॥ 2000-1500 సంవత్సరాల నాటి అనగా బానిసలు తద్వారా అస్పృశ్యులైన దాసుల జీవనం ఇంకెంత దుర్భరముగా ఉండేదో మనము ఊహించు కొనవచ్చును. అస్పృశ్యత ఎలా మన సమాజంలో ప్రవేశించినదో తెలిసికొన్న తర్వాత అస్పృశ్యులెవరు? దాసులైన శూద్రులలో కొందరు అస్పృశ్యులుగా మార్చబడుటకు కారణాలేమిటో ఇప్పుడు పరిశీలిద్దాము.

అస్పృశ్యతకు కారణం వర్ణసంకరం అని కొందరి అభిప్రాయం. అనగా కుల వ్యవస్థలోని నాలుగు కులాలలో కులాంతర వివాహాలు పూర్తిగా నిషేదింపబడటం వలన ఒక కులానికి చెందిన పురుషుడు ఇంకొక కులానికి చెందిన స్త్రీని పరిణయ మాడినపుడు, వేరొక ఉన్నత కులానికి చెందిన స్త్రీ శూద్ర కులానికి చెందిన పురుషుని వివాహమాడి ఆచారాన్ని అతిక్రమించినపుడు, వారికి సంఘ బహిష్కరణ శిక్ష విధించేవారని, ఈ విధంగా అస్పృశ్యులు అనే ''పంచమ కులం'' పుట్టుకు వచ్చినదని, అస్పృశ్యతకు కారణాన్ని చెబుతారు, కాని వాస్తవమదికాదు.

అస్పృశ్యతకు కారణం బానిసత్వమని, ఎవరైతే ఆర్యులను అధికంగా ధిక్కరించారో వారే బానిసలుగావించ బడ్డారని, తొలుత శూద్ర కులాలన్ని అస్పృశ్యులేనని, క్రమేణా తమ అవసరాల కోసం గ్రామీణ వ్యవస్థకోసం, శూద్రులను కొదరిని తమ ''వాడీ''లలో తమ దుర్గాలలోను తెచ్చిపెట్టుకున్నారని, ఆ విధంగా శూద్రులు కొందరు సగం అస్పృశ్యులు, సగం స్పృశ్యులుగా ఆర్యసమాజంలో చేరారని కొందరు చరిత్రకారుల అభిప్రాయము. శూద్రులను అర్థ అస్పృశ్యులు అనవచ్చును. శూద్రులలో అర్థ అస్పృశ్యులుగాక మిగిలినవారు అతిశూద్రులు. ఈ అతి శూద్రజాతులు గ్రామానికి దూరంగా చేరువగా ఉంటున్నప్పుడు భద్రత, సేవలు సత్వరం అందుబాటులో ఉండుటకు, ఇంకొన్ని శూద్ర వృత్తులు తమకు అనునిత్యం అందుబాటులో ఉండుటకు, మొదలగు కారణాల వలన అతిశూద్రులలో కొన్ని జాతులను ఆర్యులు గ్రామ శివారులలో చేర్చుకున్నారు. ఇక ఏ బానిస జాతులనైతే తమకు శాశ్వతంగా ఉచితసేవలందించే వెట్టి

మనుష్యులుగా ఉంచదలచుకున్నారో, ఆ జాతులను ఛండాలురు అన్నారు. వారిని గ్రామానికి అందుబాటులో వేరుగా అస్పృశ్యులైన అతిశూద్రులతోపాటు ఉండే విధంగా శాసించారు. ఈ విధంగా బానిస జాతులు కొన్ని అస్పృశ్యులయ్యారని కొందరు చరిత్రకారుల అభిప్రాయము. ఇలా అస్పృశ్యులైన వారి వద్దకే వేర్వేరు కాలాల్లో స్థానిక శత్రురాజుల వద్ద జరిగిన పోరాటాలలో లేక దండయాత్రలలో పరాజితులైన సైనికుల కుటుంబాలను, అదే విధంగా చతుర్వర్ణాలలో ఏ జాతి వారైనను, రాజకుటుంబాల వారైనను పరాజితులను చంపకుండా బానిసలుగా మార్చినపుడు కొన్ని సార్లు వారిని శూద్రకులాల్లో కలిపివేసినా, యుద్ధ సమయాల్లో రగిలే ద్వేషాగ్ని, ప్రతీకారేచ్ఛ పరాజితులను బానిసలుగా మార్చి అస్పృశ్యులుగా మార్చి సామాజికంగా వెలివేయుట, అట్టి పరాజిత కుటుంబాలు లేక జాతులు అప్పటికే అస్పృశ్యులుగా చేయబడిన వారితో కలపబడి ఉంటారని ఇంకొక వాదం ఉన్నది.

మరికొందరి వాదము ఏమిటంటే ఆర్యులకు, దస్యులకు మధ్యతేడా శూద్రులలో కొందరిని అస్పృశ్యులుగా, మరికొందరిని స్పృశ్యులుగా మార్చివేసిందని వారి వాదన. గోమాంస భక్షణ ఆర్యులు నిషేధించారని, గోవును గోమాతగాను, పంచామృతాలిచ్చే దేవతగాను పూజిస్తూ గోసంతతి తరిగిపోకుండా గోబ్రాహ్మణ రక్షణకు కఠిన శాసనాలు ఆర్యులు విధించినపుడు ఆ శాసనాలను ధిక్కరించిన ఆర్యజాతులనైతే నేమి, శూద్రులు నేమి సంఘ బహిష్కృతులు చేశారని అట్టివారే అస్పృశ్యులుగా మారారని వారు అభిప్రాయ పడుచున్నారు. ఈ సిద్ధాంతంలోగల విచిత్ర విషయం ఏమిటంటే ఆర్యులు కూడా వేదకాలం నాటికి గోమాంస భక్షకులే.

యజ్ఞకర్మలలో- **(Sacrifice)** ఆర్యులు పశువులు, గుఱ్ఱములు, అజము (మేక)లను బలి చేసి నేతితో వేల్చి మాంసభక్షణ కావించినట్లుగా చరిత్రకారులు చెప్పుచున్నారు. ఈ కర్మకాండ విధి విధానమునకు ఆగమ విధి అని పేరు. ''వైదిక యుగం'' అనే గ్రంథములో కూడ కె. ఎం. మున్షీగారు ఈ విషయాన్ని ప్రస్తావించారు. శతపథ బ్రాహ్మణములో ఉత్తమ ఆహారములలో మాంసము చేర్చబడియున్నది. అయితే గోమాంస భక్షణ ఆర్యులు ఎందుకు విసర్జించవలసి వచ్చినదో పరిశీలించవలసిన విషయం. బహుశా మనుష్య జాతి మనుగడకు ప్రాణాధారమైన తల్లిపాలకు మారుగా గోక్షీరంను ఆమోదించిన పిదప, యజ్ఞయాగముల పేరిట గోవులను వధించుచూ బ్రహ్మణులను సంతుష్టిపరచుచూ గోజాతిని త్వరితముగా కోల్పోవుట మానవ సమాజమునకు తీరని నష్టం కలుగునని ఎంచి క్షత్రియ రాజులు గోవధను నిషేధించియుందురు. ఇది పాపం బ్రాహ్మణులకు జీర్ణం కాని విషయమైనను ''బ్రాహ్మణులను, గోవులను రక్షించాలి'' అని ''బ్రహ్మహత్య మహాపాతకం'' అనే నినాదముతోను తమకు ఇతరులకు ఆహారపు అలవాట్లలో భేదం

ఉందని చెప్పుకొనుటకు బ్రాహ్మణులు అనేకులు శాకాహారులుగా మారియుందురు. ఈ ప్రాతిపదిక మీదనే, గోమాంస భక్షణ కొనసాగించిన శూద్రులను అంటరాని వారుగా వెలివేసి యుండుటకు అవకాశము కలదు. లేక బానిసలుగా మారిన శూద్ర కులములు తమ ఆహారపుటలవాట్లను మార్చుకొని యుండక పోవచ్చును.

పై వాదనలను బట్టి మనము అంగీకరించవలసిన అంశము ఏమిటంటే అస్పృశ్యతకు మూలకారణము బానిసత్వము. ఇతర కారణములైన ఆచార వ్యవహారములు, వర్ణసంకరత, ఆహారపుటలవాట్లు, ఇవి అన్నియు అప్రధానములు, సంఘ బహిష్కృతులు శూద్రులలోను చేరియుండిరి కదా. ఉదా: వర్ణ సంకరమును చర్చిద్దాం. మనుస్మృతిలో సామాజిక వ్యవస్థలో కులం పునాదులు వేసుకున్నాయి.

లోకానాం వివృద్ధ్యర్థం ముఖబాహూరుపాదతః
బ్రాహ్మణం - క్షత్రియం వైశ్యం శూద్రంచ నిరవర్తయత్

అనగా, బ్రహ్మ నాలుగు కులాలను ఎలా పుట్టించాడో చెప్పటం జరిగినది. అదే విధంగా పంచములనే వారు ఎలా వచ్చారో చెపుతూ ...

''ప్రతికూలం వర్తమానా బాహ్యాబాహ్యతరాన్ పునః,
హీనాహీనాన్ ప్రసూయంతే వర్ణాన్ పంచదశైవతు'',

ఇట్లు పంచములను అంటరాని కులములో చేర్చినట్లుగా పేర్కొనబడినది. అయితే వర్ణసంకరము వలన పుట్టిన వారిని కొత్త జాతిగా కొందరు పేర్కొంటున్నారు. సంకరమైన జాతుల నుండి వచ్చినవారు నిషాదులని, వైదేహకులని, మాగదుడని, సూతుడని ఛండాలుడని వారు పేర్కొంటున్నారు. అయితే మనం లోతుగా పరిశీలిస్తే ప్రాచీన కాలమున, నైషధము అనునది ఒక రాజ్యం, వైదేహ ఇంకొక రాజ్యము, మాగధ వేరొకరాజ్యము. ఆ విధంగా ఆ రాజ్యమునకు చెందిన బానిస జాతులతో అనగా అంటరాని వారైన నిషాదులతోను, వైదేహకులతోను. మాగదులతోను, సంకర జాతులను చేర్చియుందురు. సంకర జాతులలో కొందరు కరణుడు, సూతుడు, క్షత్త అను వారిని శూద్రకులములలో చేర్చబడి యుండుటయు చూడగలము. వీరిలో అనులోమమున అనగా అగ్రజాతి పురుషునకును - వారి క్రింది జాతి స్త్రీకిని పుట్టినవారిని శూద్రులుగా కొంతవరకు అంటతగినవారుగా, ప్రతిలోమమున పుట్టిన వారిని అనగా అగ్రకులమునకు చెందిన స్త్రీకిని, శూద్రునకును పుట్టిన వారిని అస్పృశ్యులలో చేర్చిరి. ఇచ్చట ఆర్యులు అవలంబించిన

పితృస్వామ్య వ్యవస్థ స్పష్టముగా గోచరించుచున్నది. అనగా మనుధర్మము కులవ్యవస్థను అంటరాని తనమును ఒక నిబంధన (code)గా రూపొందించినది. బాబాసాహెబ్ అంబేద్కరు "Annihilation of Caste"లో ఏమన్నాడంటే ''చాతుర్వర్ణం వంటి భ్రష్టు వ్యవస్థ ప్రపంచములో మరెక్కడా కన్పించదు. ప్రజలను జీవచ్ఛవాలుగా - నిర్వ్యాపారులుగా, పక్షవాత రోగులుగా, క్షతగాత్రులుగా ఎందుకూ పనికిరాని దద్దమ్మలుగా తయారు చేసిన నీచ నికృష్ట వ్యవస్థ ఇది. అందులో అతిశయోక్తి ఏమీ లేదు. చరిత్రే దీనికి ప్రబల సాక్ష్యం.''

ఇప్పుడు మనం మొదటగా అంటరాని జాతులుగా మారినవి స్థానిక జాతులేనా అనేది తెలుసుకుందాము. మొదటగా జాంబువులు వస్తారు. జాంబువులు ఆర్యులతో వీరోచితంగా పోరాడి పరాజితులు కాబడినవారు. బాబూ జగ్‌జీవన్‌రాం ఈ జాతిలో పుట్టినవాడే. రెండవ వారుగా నాగులు వస్తారు. నాగులు అనేది ఈ దేశంలోని కొండ జాతులు ఆటవికులకు వాడిన సాధారణ నామం. అయితే ఒక్కొక్క ప్రాంతమును బట్టి పరిశీలించిన నాగులలో అనేక జాతులు ఉన్నాయి. వీరిలో మహర్లు ముఖ్యులు. మహర్ అనగా సంస్కృతంలో మహా+అరి అనగా మహాశత్రువు అని అర్థం. వీరు మనదేశం పశ్చిమ ప్రాంతములో ఉన్నారు. ఆర్యులతో విపరీతంగా పోరాడినందున వీరికి ఆర్యులు ఆ పేరు పెట్టారు. బాబా సాహెబ్ అంబేద్కరు ఈ జాతిలోని వాడే. ఇంకను నాగులలో 'నిషాదులు', 'ఛండాలురు' 'వాల్మీకి' 'పాసి' మొదలగు వారున్నారు. ఈనాడు జాంబువంతులనే ఉత్తరదేశంలో 'చమారులు', జాతవ్‌లు, రాందాసియాలు, పశ్చిమదేశంలో ఛంభార్లు, మోచి అని, దక్షిణ దేశములో 'మాదిగలు' అంటున్నారు. అదే విధంగా నాగజాతులైన అంటరాని వారిని ఉత్తరదేశంలో భాంగ్‌లు, నిషాదులు, ఛండాలురు అని, పశ్చిమాన మహర్లు అని, దక్షిణ దేశంలో మాలలు, పరీయాలు, తూర్పున నామ సూద్రులు, ఛండాలురు అంటున్నారు.

కాలక్రమేణా మూడవవారిగా అంటరానివారిలో కలిసినవారు కులవ్యవస్థలో వర్ణ సంకరులైనవారు. అయితే వీరిలో కొన్ని సంకరజాతులనే అస్పృశ్యులతో చేర్చినట్లు అధికంగా వారిని శూద్ర జాతులతో కలిపినట్లు ముందుగా తెలిసికొనియున్నాము. క్రీ.పూ. 300 సంవత్సరములో అనగా అలెగ్జాండరు దండయాత్ర మొదలుకొని గుప్తులకాలం క్రీ.శ. 400 సం॥ వరకు బానిసల బ్రతుకు ఇంకా దుర్భరమయింది. తర్వాత జరిగిన విదేశీ దండయాత్రలలో ఒక విశేషం గమనించవచ్చు. దండయాత్ర జరిపిన రాజులు, చక్రవర్తులు మన దేశంలోని కుల వ్యవస్థను నిర్మూలించకపోగా వారు కూడా కుల వ్యవస్థలో భాగస్వాములయ్యారు. దాడి జరిపిన రాజులు, చక్రవర్తులు తాము క్షత్రియులమని చెప్పుకొన్నారు. వారి గురువులను బ్రాహ్మణులలో చేర్చినారు. సైనికులను శూద్రులలో

చేర్చివేశారు. అదే విధంగా వారితో తెచ్చుకున్న బానిసలను స్థానికులలో బానిసలు గావించిన చమారులతో కలిపివేసిరి. గుప్తుల కాలం నుండి ఇండో చైనాలో రాజ్యాలు స్థాపించుకున్న కాంభోజరాజులు, మలయా, సువర్ణ ద్వీపాలు (ఇండోనేషియా) ఇండో-చైనాతో సాగిన రాజకీయ వ్యాపార సంబంధాలలో మన దేశానికి, ఆస్ట్రలాయిడ్ జాతులైన ఆగ్నేయాసియా - వాసుల సంగమ ఫలితంగా అచ్చటి వారిని కొందరిని బానిసలుగా తీసుకొని వచ్చుట జరిగెను. వీరిని కూడా అస్పృశ్యులలో చేర్చడం చరిత్రకారులు గమనించారు.

అస్పృశ్యత అనేది మనదేశంలో ఏర్పడిన ఒక మహా దురాగతం అని మనం తెలుసుకున్నాము. అస్పృశ్యత అనేది వారసత్వమైనది కాబట్టి అది భరించలేని బానిసత్వం. **Slavery by birth is a death well.** ఇంత భయంకర అస్పృశ్యత వాతబడి జాంబువంతులు ఎలా బలి అయ్యారో తెలుసుకుందాము. జాంబువంతులకు తర్వాత 'చమార్లు' అని 'మాదిగలు' అని పిలువబడినట్లుగా తెలుసుకున్నాము. చమార్లకు అనేక ఉపకులాలు కూడా ఉన్నాయి. బానిసలుగా వీరికి ఇవ్వబడిన చర్మకారవృత్తి వలనే వీరిని చమారులు అన్నారు. చర్మకారవృత్తిలో భాగంగా చర్మము తీయుట, చర్మము ఊనుట, పాదరక్షలు తయారు చేయుట, ఇంకను వెట్టిచాకిరీ, భంగి లేక తోటిపని, దండోరా వేయుట మొదలగు వృత్తులను చమారులకు మాదిగ ఉపకులాలకు ఆర్య సమాజం ఇచ్చిన బానిస వృత్తులు.

మాతంగుడు మహర్షి అయితే అతని నామం సప్త ఋషులలో లేక పోవుటకు కారణమేమి? మాతంగ కన్య అయిన అరుంధతి బ్రాహ్మణుడైన వశిష్ఠుని భార్య అయితే మాతంగులు ఎలా అస్పృశ్యులు అయ్యారు? శ్రీ కృష్ణుని అష్ట భార్యలలో జాంబవతి ఒకతె. అయితే జాంబువంతులు అస్పృశ్యులు ఎలా అయ్యారు. వీరబాహు హస్తినాపురమునకు సమీపములోని చిన్న ప్రదేశమునకు రాజు అనుటకు ఆధారములున్నవా? అనే ప్రశ్నలకు జవాబులను తదుపరి అధ్యాయంలో తెలుసుకుందాము.

మాదిగ పురాణం

ఈ దేశవాసులైన ముఖ్యమైన జాతులలో జాంబువంతులు ఒకరని, ఈ దేశానికి జాంబువ ద్వీపం అని వారి వలననే వచ్చిందని వారు ఆస్ట్రలాయిడ్ జాతికి చెందిన వారని, ఆర్యవలస వాదులను వీరోచితంగా ఎదుర్కొని పోరాడి చివరకు ఆర్యులచే జయింపబడి బానిసలుగా వారి మనుధర్మముతో అంటరాని వారుగా, అణగ ద్రొక్క బడ్డారని తెలుసుకున్నాము. ''పంచములు'' అనేది ఒక కులం కాకపోయినా శూద్రుల నుండి విడగొట్టి వేరొక క్రొత్త కులాన్ని తయారు చేయడం జరిగినది. వీరికి చర్మకారము - వృత్తి విభజనలో ముఖ్య వృత్తిగా, ఇంకను అనేక Menial Jobs ఉప వృత్తులుగా స్థిరీకరించబడ్డాయని, జాంబవంతులనే క్రమేణ ఉత్తరదేశంలో 'చమార్' అని, పశ్చిమ దేశంలో 'మోచి' ఛంభార్ అని, ద్రావిడ దేశములో 'మాదిగ' లని పిలువబడుతున్నారని తెలుసుకున్నాము. ఈ చర్మకారులను ఆర్యులు అనేక పేర్లతో పిలిచెడివారు. కాలక్రమమున క్రొత్తపేర్లు కూడా వారి వృత్తిని సూచిస్తూ చేర్చబడ్డాయి. అవి :

పురాతనంలోని పేర్లు	**ఆధునికంగా వాడుకలోనున్న పేర్లు**
1. జాంబువాన్	9. చమార్
2. గొడారి	10. ముచి
3. చర్మాకృత్	11. మోచి
4. మాతంగి	12. మాదీయ
5. అరుంధతీయ	13. రామదాసియ
6. మహదేవ	14. మాదిగ
7. మహాదిక్	15. ఛంభార్
8. జాతవ్	16. చెక్కిలీయ

మాతంగులను 'ఆసాది' అని కూడా అన్నారు. అనగా గ్రామ దేవతల గుడులలో పూజారి.

జాంబువుడు (రామాయణం) : -

పురాణ కాలాన్ని పరిశీలిస్తే ఆర్యుల సాహిత్యం ద్వారానే మాదిగలు (జాంబువులు) ఎవరనే? అనే విషయం తెలుస్తున్నది. జాంబువుడు అనగా ఆది జాంబువుడు మనకు

రామాయణంలో దర్శనమిస్తాడు. భాగవతంలోను జాంబువంతుని వీరోచిత పాత్ర ఉన్నది. చారిత్రక దృక్పథంతో చూస్తే ఈ ఇద్దరూ ఒకరు కారని, వారి వ్యక్తి నామముతో గాక జాతి పేరుతోనే పిలువబడినట్లుగా విశదమగుచున్నది. పురాణాలలో ఈ విధంగా బిరుదులు, వృత్తులు జాతులను బట్టి పేర్లుగా ఉపయోగించినట్లు అవి Common nouns కాని Proper nouns కాదు అని తెలియుచున్నది. ఉదాహరణకు 'ఇంద్రుడు' అనునది ఒక పదవి. పారశీక సుమేరియన్ చక్రవర్తులను ఇంద్రుడు అని సంబోధించినట్లుగా మనము చూడగలం. అదే విధంగా రాజ గురువులను 'వశిష్టులు' అన్నారు. వశిష్టుడనే ఋషి మనకు సప్త ఋషులలోను, రామయణ కాలంలోను, షట్చక్రవర్తుల కాలంలోను కన్పిస్తాడు. అదే విధంగా 'నారదుడు'. అది కూడా ఒక బిరుదనే. సప్త ఋషి మండలి ఒక 'అడ్వయిజరీ కౌన్సిల్' అనుకుంటే ఆర్య సాహిత్యంలో ఒక్కొక్క కాలానికి ఒక్కొక్క అడ్వయిజరీ కౌన్సిలు ఉన్నట్లుగా గమనించగలం. అందుకే సప్త ఋషులు ఎన్నో Setsలో మనకు దర్శనమిస్తారు. పై వివరణలను బట్టి 'జాంబువంతుడు' అనునది Common nameగా ఉపయోగించినట్లు నిర్ధారించవచ్చు.

రామాయణంలోని జాంబువుడు శ్రీ రామచంద్రుడు అరణ్యములో సీతను వెదకునపుడు తారసపడిన పాత్ర. శ్రీరాముడు సీతను వెదుకుటకు పంపిన స్థానిక వీరులలో ఒకడు. సీతను వెదుకుటలో సహాయపడిన పాత్రగా, మనము రామాయణము వలన తెలుసుకొన గలుగుతున్నాము, అనగా జాంబువులకు ఈ దేశం నైసర్గిక స్వరూపము తెలియుననియు, అందువలననే ఆర్యులు వీరి సాయము కోరినట్లుగాను మనము తెలిసికొనగలము. దీనిని బట్టి జాంబువంతులు 'మూలవాసు'లనియు, వారికి జాతుల భేదము లేదనియు, కోరినవారికి సహాయపడు వారనియు, ఆర్యులే వారిని సంప్రదించుటను బట్టి ఆనాటికి ఈ దేశంలోని నాగరిక జీవులైనట్లుగా గమనించవచ్చును. అనగా జాంబువులు అతిథులకు అభ్యాగతులకు సహాయపడు చుండెడివారు. అది వారి ముఖ్య లక్షణం. కాగా ఆర్యులు కొండొకచో వర్ణించినట్లుగా వారు వింత పశువులు, వింత మనుష్యులు కారు. పైగా వారు జాంబువపు (బంగారు) ఆభరణముల వాడుక తెలిసిన నాగరికులని, అనేక మణులు, రత్నరాసులు, సంపదను కలిగిన భాగ్యవంతులయిన స్థానిక రాజ కుటుంబములని, గుహాలయములే వీరి రాజ్యములని భాగవతంలోని జాంబువుని పాత్ర వలన తెలియుచున్నది.

అసలు ఆర్య ఋషులు అనబడిన విదేశీ యాత్రికులలో చాలామంది బంగారపు వేటలోనే ఎక్కువ కాలం గడిపినట్లుగా గమనించగలం. వీరినే భూరిస్రవులన్నారు. ఆర్యులు మేరు పర్వతాన్ని జాంబువ పర్వతం (బంగారు కొండ) అన్నారు. మేరు పర్వత పాదముల నుండి పారిన నదిని జాంబువ నది (బంగారు నది) అని కూడా అన్నారు. ఈ నదిలో బంగారము నీటిలో కలసి ప్రవహించినదని, ఆ నదిలో దొరికినది గాన బంగారమును

'జంబూనదము' అని కూడా అన్నారు గదా! బంగారమునకు ఆర్యులిచ్చిన ప్రాముఖ్యాన్ని బట్టి సువర్ణమును విరివిగా ఉపయోగించిన స్థానిక జాతులతోనే వారు ముందుగా సంబంధములు పెట్టుకొనినట్లు చూడగలం. ఈ విధంగా జాంబువులతో ఆర్యులు పరిచయం పెంచుకున్నట్లుగాను, కాలక్రమమున వారిని దోచుకున్నట్లుగాను 'శమంతకమణి' గాథ ద్వారా తెలియుచున్నది.

జాంబువంతుడు (భాగవతం) :

ఈ జాంబువంతుడు తన సంపదను కాపాడుకొనుటకు, శమంతకమణిని వెదకు నెపమున జాంబువులను దోచుకొనుటకు తమ గుహాలయములపై సైన్య సమేతంగా దాడికి వచ్చిన క్షత్రియ వీరుడైన శ్రీకృష్ణభగవానుని వీరోచితముగా ఎదుర్కొని పోరాడిన పాత్రగా మనకు దర్శనమిస్తాడు. ఎన్నియో దినములు గుహాలయములపై ముట్టడి జరిగినట్లుగాను, ఆర్యులకు - జాంబువులకు ఘోరమైన పోరు జరిగినట్లుగాను, చివరకు ద్వంద్వ యుద్ధమున శ్రీకృష్ణుని చేత పరాజితుడైనట్లు భాగవతమున గలదు. సౌందర్యరాసియైన జాంబవతిని సంధి మూలకంగా శ్రీకృష్ణుడు పరిణయమాడినట్లుగాను మనకు తెలియును కదా? ఈ పాత్రను బట్టి జాంబువులు శూరులనియు, యుద్ధవీరు లనియు, అమిత భాగ్యవంతులైనట్లుగా ఆధారములు దొరికినవి గదా! అంతియే గాక రాజకుటుంబము వారితో వియ్యము, సంబంధ బాంధవ్యములు సాక్షాత్తు శ్రీకృష్ణ భగవానునితో బాంధవ్యము కలిగిన వారిగా ఆర్య సాహిత్యమే తెల్పుచున్నది. దీనిని బట్టి జాంబువంతుడు మూలవాసి రాజు అని తెలియు చున్నది.

జాంబువంతులు ఆనాటికి నాగరికులు, భాగ్యవంతులు, యుద్ధ ప్రవీణులై యుండగా వీరిని అనాగరికులుగాను, మృగములుగాను చిత్రించుట ఆర్యుల పక్షపాత ధోరణికి, వాస్తవములను వక్రీకరించి చూపుతత్వమునకు నిదర్శనము. ఆనాడు అతిశీతలముగానున్న వాతావరణము నుండి రక్షణ కొరకు అతిగా రోమములు గలిగిన జంతువులు అనగా భల్లూకము మొదలగు వాటి చర్మములను ఆపాదమస్తకము కప్పుకుని జాంబువులు తిరిగి యుండ వచ్చును. జంతు చర్మమును, ఉన్ని దుస్తులుగాను, వాద్య విశేషములుగాను అనగా ఆదివాద్య విశేషములయిన 'డమురకము', 'డప్పు' మొదలగువాటిని ఉపయోగించుటలో ప్రావీణ్యులయినందుననే కులవ్యవస్థలో వీరికి చర్మకార వృత్తిని కేటాయించుటకు లేక అంటగట్టుటకు ఆధారభూతమై యుండవచ్చును.

భాగవతమునందలి జాంబువుడు రాజవంశీకుడుగా నిర్ధారించుటకు ఇంకొక ఆధారమును గలదు. అదియే శమంతకమణి, ఈనాడు కోహినూరు వజ్రమునకు ఎంతటి

విలువ ప్రాచుర్యము గలదో, ఆనాడు శమంతక మణికి అంతటి విలువ ప్రాచుర్యము ఆపాదించబడినది. విలువైన రత్నములను, వజ్రములను, మణులను ఉపయోగించుట, వాటిని దక్కించుకొనుట, వాటిని ఆభరణములలో వేసుకొనుట, తమ సంపదలో భాగముగా భావించుట, లెక్కించుట ఆనాటికి, ఈనాటికి రాజవంశమర్యాదయే కదా! అదే విధంగా యుద్ధమునందు ఓడినపుడు, పరాజితుడయిన రాజు తన వద్దగల ధన కనక వస్తు వాహనాదులతో పాటు తన పుత్రికను విజేతకు సమర్పించి సంధి చేసుకొనుట కూడా రాచమర్యాద అయి ఉన్నది. పైన పేర్కొనబడిన కారణముల వలన జాంబువుడు మూలవాసి రాజుగా నిర్ధారించవచ్చును. ఈ దేశ చరిత్రకారులు, దేశ ప్రజలు, ఆధునిక చరిత్రలో గ్రీకు యోధుడు, జగజ్జేత అయిన అలెగ్జాండరునెదురించి ఓడిపోయిన పురుషోత్తమునకు **(Porus)** విదేశీ దండయాత్ర నెదురించిన వీరునిగా ఎంతయో ఉన్నత స్థానమిచ్చి గౌరవిస్తారు. ఇదే ఉన్నత స్థానమునకు, గౌరవమునకు పురాతన చరిత్రలో జాంబువంతుడు అర్హుడు. యుద్ధమున ఓడిన పురుషోత్తముని వీరునిగా దేశభక్తునిగా చిత్రించిన మన చరిత్రకారులు జాంబువంతుని కూడ వీరునిగా దేశభక్తునిగా చిత్రీకరించి చరిత్రను సరి చేయుదురు గాక!

వీరబాహు:

జాంబువంతుని పేరులో 'బంగారము' ఎట్లున్నదో 'వీరబాహు' పేరులోనే ఈతడు వీరుడని తెలియుచున్నది. షట్చక్రవర్తులలో ఒకడయిన హరిశ్చంద్రుని చరిత్రలో వీరబాహు దర్శన మిచ్చును. ఆర్య సాహిత్యమున వీరబాహు కాటికాపరి. చక్రవర్తి అయిన హరిశ్చంద్రుడు కాలవశమున తన రాజ్యమును, సంపదను పోగొట్టుకొని ఒక కాటికాపరి వద్ద భృత్యునిగా చేరినట్లు ఈ విధంగా జీవితం, రాజ్యాభిలాషలో దాగియున్న **Irony**ని వివరించడానికి ఈ పాత్ర ఉపయోగపడినట్లు సంస్కృత రచయితలు భావిస్తారు.

చారిత్రకాంశంగా ఈ విషయం పరిశీలిస్తే అసలు హరిశ్చంద్రుడు చక్రవర్తియేనా అని మనం తెలుసుకోవలసియుంది. మొదటగా 'చక్రవర్తిగా' 'రారాజు'గా ఈ దేశచరిత్రలో ప్రయత్నించినవాడు దుర్యోధనుడు. ఆ తరువాత ఈ దేశంలో మొదటి సామ్రాజ్యాన్ని స్థాపించినవాడు, చక్రవర్తి అనదగిన వాడు చంద్రగుప్త మౌర్యుడు. ఇతిహాస కాలమున అది 'అయోధ్య' కాని, 'హస్తినాపురము' కాని, 'కోసల'కానీ, 'పాంచాలము' కాని, 'ఛేది', 'అంగ' అవన్నియు చాల చిన్న రాజ్యములు. ఒక విధంగా **"City States"**. అసుర రాజ్యాలయినవి కూడ 'నగర రాజ్యాలు' లేక ''చిన్న పరగణా రాజ్యాలు'' గానో యుండెడివి. ఆ స్థితిలో హస్తినా పురము కూడ చిన్న **City State** మాత్రమే. షట్చక్రవర్తుల కాలమున

ఆర్యులు సప్తసింధూ మైదానము నుండి గంగా సింధూ మైదానములలో చిన్న రాజ్యములు స్థాపించిరి. అప్పటికి స్థానికులయిన మూలవాసి రాజులతో సంధి చేసుకుని కొంతకాలము వారితో వైరి భావము లేక యున్నట్లు నటించిరి. మూలవాసి రాజులు కూడ చిన్న రాజ్యములు కలిగియున్నట్లు, హస్తినా పురమునకు ప్రక్క రాజ్యమునకు 'వీరబాహు' రాజగుటకు ఎంతో ఆస్కారముంది. రాజ్య భ్రష్టుడయిన హరిశ్చంద్రుని విశేష ధనరాశులు పోసి కొనిన వీరబాహు తప్పనిసరిగా భాగ్యవంతుడు, చిన్న రాజుగను భావించవచ్చు. ఈ వీరబాహు చరిత్రలో మూడు ముఖ్యాంశములు మనం గమనించగలము. ఒకటి-ఆనాటికి బానిసలను కొనుక్కోవడం అమ్మడం అనగా బానిస వ్యాపారం ఉండినట్లు గాను, రాజులు కాటికి ప్రజల వద్దనుండి సుంకం వసూలు చేసే వ్యవస్థ అనేది ఉందనేది రెండవ అంశం. ఇక మూడవది అసుర రాజులు రాజ్యాలు స్థాపించుకున్న విధంగా ఈ ఆర్య రాజులు కూడ చిన్న చిన్న రాజ్యాలు స్థాపించుకున్నా, అసుర రాజుల వలె ఎవరి పరిధుల్లో వారు ఉంటారు కాబట్టి వారిని కూడ తోటి రాజులుగానే పరిగణించాలి అని మూలవాసి రాజులు అనుకోవడం. ఈ lapse వలన ముందు ముందు ఆర్య రాజులు తమను నిర్భాగ్యులను చేసి కుల వ్యవస్థలో పుట్టు బానిసలు గావిస్తారని పాపం ఆనాటి మూలవాసి రాజులు ఊహించి ఉండకపోవచ్చును.

ఆ కాలపు స్థితి గతులను బట్టి చరిత్రలో గమనించదగిన ఇంకొక విషయం ఏమిటంటే వలస దారులుగా వచ్చి రాజ్యములు స్థాపించి ఇంకను పూర్తిగా **settle** కాని జాతులు, భాగ్యవంతులయిన సంచార జాతులు, మధ్య ఆసియాలో స్థానిక రాజులకు కాటికి సుంకము కట్టినట్లు లేక స్మశాన స్థలమును కొనినట్లుగా మధ్య ఆసియా, పశ్చిమాసియా చరిత్రలలో ఆధారములున్నవి. మన దేశంలో కూడా హరిశ్చంద్రుని కాలమున ఈ విధముగానే జరిగియుండవచ్చును.

వీరబాహు నిశ్చయముగా హస్తినాపురమునకు దగ్గరగా గల ఒక చిన్న రాజ్యమునకు రాజు అనుట యుక్తము. ఆర్య సాహిత్యంలో చూపించినట్లుగా అతడు కాటికాపరి. తాగుబోతు, అనాగరికుడు కాదు. కాటి కాపరిగా ఒక బానిసను కొనిన మూలవాసి రాజు.

మాతంగుడు:

మాతంగుడు మహర్షి. సప్తఋషులలో ఒకడు. ఇంకొక ఋషికి తన కుమార్తె అరుంధతినిచ్చి పరిణయం చేసినట్లు ఆర్య సాహిత్యం వలన తెలుసుకొనగలం. మాతంగుడు స్థానికుడు కాదని ఈతని అసలు నామం కర్ధమ ప్రజాపతియని వాదనగలదు. కర్ధములు **(Kurds)** మధ్య ఆసియా జాతివారు. ఇప్పటికీ ఇరాక్‌లో కుర్దులు స్వతంత్ర రాజ్యం

కోసం పోరు సల్పుతున్నట్లుగా వింటున్నాము గదా? అట్టి కర్దమ ప్రజాపతియైన మాతంగునకు సప్త ఋషులలో ఈనాడు స్థానం లేదు. సప్త ఋషులలో మాతంగుని పేరు చెరిపివేయ బడినది. అనగా ఆర్యులు మాతంగుని, అతని సంతతిని ఒక్క అరుంధతిని మినహాయించిరి. ఎందుకనగా అరుంధతి సాక్షాత్తూ వశిష్ఠుని భార్య అయినందువలన.

మాతంగుడు సప్త ఋషులలో నుండి తన స్థానం కోల్పోయినట్లు తెలిసికొన్నాము. మాతంగుడు స్వాయంభవ మనువు కాలమునాటి వాడా? వైవస్వత మనువు కాలం నాటి వాడా అనునది చర్చనీయాంశము. స్వాయంభవ మనువు కాలమున మరీచి, అత్రి, అంగీరసుడు, పులస్త్యుడు, క్రతువు, పులహుడు, వశిష్ఠుడు అనువారు సప్తమహాఋషులు. వైవస్వత మనువు కాలమున వశిష్ఠుడు, అత్రి, గౌతముడు, కస్యపుడు, భరద్వాజుడు, జమదగ్ని, విశ్వామిత్రుడు సప్తఋషులు. వీరిలో విశ్వామిత్రునకు బ్రహ్మత్వం నిరాకరింప బడినట్లును, బ్రహ్మర్షి అగుటకు అతడు అనేక ప్రయత్నములు చేసినట్లుగను ఆర్య సాహిత్యం తెలుపుతున్నది. కోసక్ జాతివాడైన విశ్వామిత్రునకు సప్తమహా ఋషులలో స్థానం అతని జాతి లక్షణమును బట్టి అనగా మహా మూర్ఖత్వంగా, దౌర్జన్యంతో ఇతర క్షత్రియ వంశస్థుల సహాయమున సప్త మహాఋషులలో **(Advisory council)** స్థానము సంపాదించినట్లుగా ఆధారములున్నవి గదా! దీనిని బట్టి సౌమ్యుడు, ఆర్య ఉప జాతులలో సంకర మొందిన సెమిటిక్ జాతికి చెందిన, కుర్దుమ జాతికి చెందిన వాడును అయిన మాతంగునికి స్థానభ్రష్టత్వం జరిగినది. ఆర్యుడైన వశిష్ఠుడు తన స్థానం కాపాడు కొనుటకు, మాతంగుని పతనమును సహించి ఊరుకొని యుండవచ్చును. మాతంగుడు గజశాస్త్ర ప్రావీణ్యుడు. యుద్ధములలో మతంగములను ఎట్లు వాడుకొనవచ్చునో తెలిసిన వ్యూహ కర్త. ఆనాటి జాతులను గణములని పిల్చినా ఏ జాతి సైన్యంలో నైనా - గజములను ప్రయోగించి శత్రువులను చిత్తు చేయుట యుద్ధ వ్యూహంలో ఉత్తమమైనది. ఈ గజబలమునకు జాంబువులే సారధులు. గజములకు మావటీలుగా, గజములకు కల్లు, సురా (మత్తు పానీయము) పానీయములు త్రాగించి మంటలతోను, డప్పు చప్పుళ్ళతోను శత్రువులపైకి ఉసికొల్పి వారిని తరిమివేయుట జాంబువుల యుద్ధనీతి. మాతంగుడు ఈ యుద్ధ ప్రక్రియను జాంబువులతో కలసి శాస్త్రీయముగావించెను. అందువలననే ఆ మహర్షిని మాతంగుడు అని యుండవచ్చును. ఇంకను నక్షత్ర శాస్త్రం తెలిసి నభో పటములను పరిశీలించిన వాడై యుండెను. అందువలన తన కుమార్తెకు ఆరంజ్యోతి (అరుంధతి **a distant star in our galaxy)** అని పేరు పెట్టుకుని యుండవచ్చును. అప్పటికి గోమాంసమును భక్షించుట యజ్ఞ యాగములలోను ఆర్య కుటుంబములలో మాని వేసే ప్రక్రియ తొలిదశలోనున్నది. గో సంరక్షణ పథకము క్షత్రియ రాజులు కఠినముగా అమలు చేయుదశలో గోమాంస భక్షణము మానని కుర్దులను ఆర్య సమాజం నుండి

బహిష్కరించి జాంబువులతో కలిపివేసినట్లు ఒక వాదన గలదు. ఈ వాదనను మనము స్వీకరించినను ఒక ప్రశ్న మిగిలి పోవును. ఛండాలుని ఇంట కుక్క మాంసము తినిన విశ్వామిత్రునకు సప్తఋషులలో స్థానమిచ్చి, మాతంగుని ఆర్య సమాజం నుండి గోమాంస భక్షణను మానివేయ లేదను నెపమున బహిష్కరించుట కడు శోచనీయము. ఈ విధమున మాతంగ మహర్షి వారి అనుచరులు జాంబువులలో కలిసిపోయిరి. అందువలననే జాంబువులు అనగా మాదిగలు నాటకము, కవనము మొదలగు అత్యంత క్లిష్టమైన సాహితీ ప్రక్రియలను ఆర్యుల కంటే అధికముగా కొనసాగించుచున్నారు. (కావ్యాంతం నాటకం రమ్యమ్) దీనికి ఆద్యుడు మాతంగుడు. జాంబువులలో చేరి పోయిన మాతంగులు, అరుంధతీయులు, మాతంగ కన్యలు అనువారు లలిత కళలలో (సంగీతం, సాహిత్యం, నృత్యం) చేయి తిరిగిన వారిగా లెక్కింప గలం.

అరుంధతి:

మాతంగుని పుత్రిక అనియు, సప్తమహర్షులలో ఒకడైన వశిష్టుడు (రాజగురువు) ఆనాటి రాజగురువు భార్య అనియు ఇదివరకే తెలిసికొని యుంటిమి. ఆర్యులు ఈమెను మహా పతివ్రతగా కీర్తించిరి. ఆర్య సాహిత్యం మొదలుకొని ఆధునిక సమాజం వరకును వివాహ కార్యక్రమంలో అరుంధతికి అత్యుత్తమ స్థానం గలదు. చంద్రవంశమున ఈసాధ్విపాత్ర ఏమన:-

మాతంగుడు

↓

వసిష్ఠ —— అరుంధతి (మాతంగి)

శక్తి

↓

పరాశర —— సత్యవతి (బెస్త)

↓

వేదవ్యాస —— అంబిక, అంబాలిక (క్షత్రియ)

↓

ధృతరాష్ట్ర —— పాండురాజు
గాంధారి కుంతి, మాద్రి

↓

కౌరవులు —— పాండవులు

↙

పరీక్షిత్తు

↓

జనమేజయుడు

అరుంధతి సంతతి అయిన సాహితీవేత్తలు, కళాకారులు కాలక్రమమున జాంబువులలో కలిసిపోయి అరుంధతీయులుగా పిలువబడుచూ అంటరాని వారుగా పరిగణింప బడుచున్నను, వైదిక వ్యవస్థలో అరుంధతి నేటికిని తన యొక్క ఉన్నత స్థానం కోల్పోలేదు. అందుచేతనే నూతన వధూవరులకు పతివ్రతలకే తలమానికమైన అరుంధతికి చిహ్నముగా నిలిచిన అరుంధతీ నక్షత్రము చూపించుట హిందూవివాహ పద్ధతిలో ఒక ఘట్టము. అరుధంతీ నక్షత్రము చూపించుట హిందూవివాహ పద్ధతిలో అరుంధతిని పూజించుట అరుంధతీయులను అంటరాని వారనుట ఆర్య సంస్కృతిలోని ద్వంద్వ ప్రవృత్తి (dualism)కి నిదర్శనం. అమిత సౌందర్యవతియు, గుణవతియు, విదుషీమణియు అయిన అరుంధతిని (మాతంగి) చేపట్టుటకు వశిష్టుడు పడిన పాట్లు మనకు ఆర్య సాహిత్యం వలన తెలియుచున్నది. అరుంధతి ఆదిగా గల మాతంగ కన్యలకు ఆనాటికి సమాజంలో విశిష్ట స్థానం గలదని మాతంగినీ వ్యవస్థ కళలకు ప్రాతినిధ్యం వహించిన వ్యవస్థ అనియు తెలుసుకొనగలము. అట్టి వ్యవస్థను, కుల వ్యవస్థ భ్రష్టము గావించినది. షట్చక్రవర్తుల కాలమున హరిశ్చంద్రుని కాలంలోనే మనకు మాతంగ కన్యల ప్రస్థావన గలదు. మాతంగ కన్యలు ప్రకృతి మాత అయిన దుర్గ లేక పార్వతికి ప్రతిరూపాలు; మాతంగి వ్యవస్థను ఉన్నతమైన వ్యవస్థగా మధ్య యుగము వరకు పరిగణింపబడినట్లు కాళిదాసు విరచితమైన శ్యామలా దేవి దండకము వలన తెలుసుకొన గలుగుచున్నాము.

''మాణిక్యవీణా ముపలాలయన్తీం మదాలసాం మఞ్జుల వాగ్విలాసాం
మాహేన్ద్ర నీలద్యుతి కోమలాఙ్గీం మాతఙ్గకన్యాం మనసా స్మరామి. 1
చతుర్భుజే చన్ద్రకలావతంసే కుచోన్నతే కుఙ్కుమరాగశోణే,
పుణ్డ్రేక్షు పాశాఙ్కుశ పుష్పబాణ హస్తే నమస్తే జగదేకమాతః 2
మాతా మరకతశ్యామా, మాతఙ్గీ మదశాలినీ,
కటాక్షయతు కల్యాణీ కదమ్బవనవాసినీ. 3
జయ మాతఙ్గ తనయే జయ నీలోత్పలద్యుతే,
జయ సంగీత రసికే జయ లీలా శుకప్రియే. 4

ఇక్కడ పేర్కొనిన దండకము ప్రారంభ వాచకము పార్వతిని అనగా ఉజ్జయినీ మాత అయిన శ్యామలా దేవిని మాతంగ కన్యతో పోల్చుతూ మహాకవి కాళిదాసు అతి పెద్ద స్తోత్ర పాఠము గావించెను. అటులనే ఆధునిక వైదిక వాఙ్మయ బ్రహ్మ అయిన విశ్వనాథ సత్యనారాయణ తన ''వేయిపడగలలో'' దేవదాసి వ్యవస్థను ఎంతయో కొనియాడి దానికి

గల ఆధ్యాత్మిక విశిష్టతను గూర్చి బహు విధములుగా వివరణ యిచ్చెను. దేవదాసి వ్యవస్థకును, మాతంగినీ వ్యవస్థకును సారూప్యము గలదు. పురాణ కాలమున మాతంగ కన్యలు పార్వతికి ప్రతిరూపములుగా నిల్చినను నేడు జోగినులుగా పిలువబడుచు, జోగినీ వ్యవస్థగా వికృత రూపం దాల్చుట అభ్యంతరకరమైన విషయము.

అటులనే మాతంగజము అనగా మతంగుడను ఋషి వలన పుట్టినదని అర్థము గలదు. అనగా జాంబువ ద్వీపమున తిరుగాడుచున్న అడవి ఏనుగులను మచ్చిక చేసి **(domesticate)** మానవ అవసరములకు భారమైన పనులను చేయు శిక్షణ యిచ్చుట, యుద్ధములలో ఉపయోగించుట, పోరాట సమయమున యుద్ధ గణములకు, గజములను ముందుగా నడుపు వ్యూహము మొదలైన రీతులలో మాతంగములను మచ్చిక చేసెను. గజమునకు గణనాథుడనియు, తదుపరి 'గణపతి' అనియు వినాయకుడుగా పూజలందుకొనుటకు మాతంగుడే కారణం. అట్టి మాతంగుని, సప్తఋషులలో ఒకని, పదవీ భ్రష్టుని గావించి ఊరి వెలుపల నుండుటకు మాత్రమే అర్హుడుగా నిర్ణయించుట కడు శోచనీయము.

ఇప్పుడు అరుంధతీయుల పతనమును పరిశీలించెదము. అరుంధతి మాతంగుని పుత్రిక అనియు, రాజగురువైన వశిష్టుని ధర్మపత్ని అని తెలిసి కొంటిమి. వీరికి జన్మించిన వాడే - శక్తి. శక్తి తనయుడే పరాశరుడు. పరాశరుడు మహాజ్ఞాని, మునిపుంగవుడు. ఇతనికి ముదిరాజు పుత్రిక అయిన మత్స్యగంధికి వ్యాసుడు జన్మించెను. అనగా బ్రాహ్మణుడైన వశిష్టుని భార్య మాదిగ పడుచు. పరాశరుని చెలువ బెస్తపిల్ల. ఈ వంశము నుండి వచ్చిన వ్యాసుడు వేదవ్యాసునిగను వ్యాస భగవానునిగను ఆర్యులలో ఆచంద్రకీర్తిని గడించెను. వ్యాస విరచితమగు మహాభారతము అందలి 'యక్షప్రశ్నలు', 'భగవద్గీత' వైదిక ధర్మమునకే పునాదులుగా నిలిచినవి. వ్యాసుని కనిన తర్వాత మత్స్యగంధిని శంతనుడు పరిణయమాడెను. ఆమెకు శంతనుని వలన విచిత్ర వీర్యుడు, చిత్రాంగదుడు కలిగిరి. సంతానాపేక్షచే వీరి భార్యలైన అంబాలిక, అంబికలు వేదవ్యాసుని వలన ధృతరాష్ట్రునకు, పాండురాజునకు జన్మనిచ్చిరి. ఈ కథ వలన పాండవులు, కౌరవులను కూడా అరుంధతీయులు అని అనవచ్చును. అరుంధతి మునిమనుమడు వేదవ్యాసుడు, ఆ వంశమున వచ్చిన వారు ధర్మ నిష్టులుగను, వీరులుగను పేరొందిన పాండవులు. అటులనే ఈ దేశమున మహా భారత యుద్ధము ద్వారా మొట్టమొదటి సామ్రాజ్యము స్థాపించుటకు విఫల యత్నము గావించిన రారాజు దుర్యోధనుడు. ఈ విధముగా అరుంధతి అమరజ్యోతి అయినది. **అయితే ఈనాటి అరుంధతీయులు బానిసలుగాను, అంటరాని వారుగను, అతి హేయమైన వృత్తులు చేయువారిగను పిలువబడుట వైదిక ధర్మ పతనమును సూచించుచున్నది.**

మాదిగలు ఆది జాంబువులనియు, మాతంగులనియు అరుంధతీయులనియు తెలుసుకొంటిమి. కుల వ్యవస్థ రూపొందిన తర్వాత చర్మకార వృత్తి స్థిరపడినదనియు తెలుసుకొంటిమి. మాదిగల పురాణ పురుషులను, స్త్రీలను గూర్చియు తెలుసుకొంటిమి. ఇప్పుడు మనము తెలుసుకొనవలసినది మాదిగ అను పేరెట్లు వచ్చినది. మధ్య యుగమున వీరి జీవన విధానము ఎట్లుండెను? ఆధునిక యుగమున వీరి జీవన విధానములో వచ్చిన మార్పు లేమి. మాదిగలలోని ఉపకులములేవి? మాదిగ ఉద్యోగము అనగా నేమి? మాదిగలు 'పెద్దింటి వారమని' చెప్పుకొనుటకు కారణమేమి? అను విషయములను తదుపరి అధ్యాయములో తెలుసుకుందాము.

మాదిగ చరిత్ర

మాదిగలు రాజ్యములను ఏలిరనియు, ఆర్యులతో సమానస్థాయి నాగరికులనియు, విద్య, విజ్ఞానం, లలిత కళలను కలబోసిన జనపదులనియు తెలుసుకొంటిమి. మాదిగలకు ఆ పేరెట్లు వచ్చినది అనునది ప్రశ్నార్థకము. వీరిని జాంబువులు, మాతంగులు, అరుంధతీయులు, చమారులు అనుట సబబు. కానీ మాదిగ అను పేరు పై పేర్లకు సంబంధము లేనిదిగా కన్పించినను ఆ పేరు స్థిరపడినది. మాదిగ అను పేరునకు పర్యాయ పదములుగా ఈ క్రింది వాటిని చెప్పుకొన వచ్చును.

మాతంగులు
మహదేవులు
మహాదిక్కులు
మాదీయులు

పేరు ఏదైనా లేక ఏ పేరుతో పిలిచినను వీరు జాంబువులు. వీరి వృత్తి చర్మకారము. మాదిగలు అను పేరునకు పైన పేర్కొన్న పదములు వాటి సంబంధము ఇప్పుడు పరిశీలించెదము.

మాతంగులు:

మాతంగి అనుపదమే అపభ్రంశమై మాదిగా మారినదని ఒక వాదన కలదు. అయితే తెలుగునాట మాతంగి అనుపదము కొందరి మాదిగల మాలల ఇంటి పేరుగా వచ్చుచున్నది. అటులనే మాతంగి వ్యవస్థయు కలదు. ఆ వ్యవస్థ కనుమరుగైపోవు స్థితిలో ఉన్నది.

మాతంగులు అనుపదము అపభ్రంశము కాలేదనియు కాబట్టి మాదిగ అనుపదము మాతంగి నామాంతరము కాదని ఒక వాదన కలదు.

మహదేవులు:

జాంబువులు శివభక్తులనియు, ఆ మహాదేవుని సన్నిధానమున గల గణములలో, ముఖ్యులనియు అందువలననే వీరిని మహదేవులు అన్నారనియు. శివునికి ప్రతి రూపముగా

పోతరాజుగను, దుర్గకు ప్రతిరూపముగా పోచమ్మ లేక పోలేరమ్మగను వీరు కొలువులలో ముఖ్యపాత్ర వహించు చున్నందున వీరిని మహాదేవులు అని అన్నారని ఒక వాదన కలదు.

మహాదిక్కులు:

మహాదిక్కు అనగా స్మశానము. వీరు కాటి కాపరులుగా స్మశాన వాటికల యొద్ద కాటి సుంకం వసూలు చేయుజీవనము చేయుచున్నందున వీరిని మహాదిక్కులు అని అన్నారని ఒక వాదన గలదు. ఇది కొంత వరకు సంశయముగా కనపడుచున్నది. ఎందువలననగా, మన దేశములోని ఇతర ప్రాంతములందును, తెలుగు నాటను అతి శూద్ర కులముల వారు కాటి కాపరులుగా నున్నారు. వెట్టి చాకిరి పేరుతో కొన్ని మాదిగ కుటుంబములను కాటి కాపరులుగా ఉన్నారు. అయితే కాటికాపరులైన వారందరిని మహా దిక్కులన వలయును గదా! ఉదా: మహారాష్ట్రలో మహాదిక్కులున్నారు, వారు అంటరానివారు కారు. అందువలన మహాదిక్కులను పదమువలన మాదిగ అను పర్యాయపదము వచ్చినట్లుగా ఆలోచనకు వీలు చిక్కుట లేదు.

మాదీయులు:

అసలు మాదిగ అను పదము లేదనియు, ఈడిగము (కల్లు తీయు గౌండ్ల పని) ఊడిగము (వెట్టి చాకిరి) అను పదములు కలవు గానీ, మాదిగము అనుపదము లేదనియు కొందరి వాదన; దీనికి తార్కాణముగా ప్రభుత్వము రాజ ముద్రితములలోను 'మాదీయ' అను పదము కలదు గానీ 'మాదిగ' అను పదము లేదని వీరు గట్టిగా వాదింతురు. అయితే మాదీయ అను పదమునకు మూలమేమి? 'మాది' (మీడులు) వారినే మాదీయులనవచ్చునా? అట్లయినచో మాదీయులెవ్వరు? అను ప్రశ్నలకు వీరి వద్ద జవాబు లేదు. ఈ ప్రశ్నలకు జవాబులను చరిత్రను శోధించినచో తెలుసుకొనగలము.

క్రీస్తు పూర్వము 521 సంవత్సరములో మధ్య ఆసియాలోని నెబుకద్నేజరు స్థాపించిన బాబిలోనియా సామ్రాజ్యం పతనమైనది. పర్షియన్ సామ్రాజ్యము మాదీయుడైన 'డరయస్ ది గ్రేట్' అను చక్రవర్తి సుషన్ రాజధానిగా మాదీయ రాజ్యమును స్థాపించెను. అదియే పారశీక సామ్రాజ్యమైనది. పశ్చిమమున గ్రీసు, సిరియా, పాలస్తీనా మొదలుకుని తూర్పున హిందూ దేశము వరకును డరయస్ సామ్రాజ్యము వ్యాప్తి చెందినది. ఉత్తరమున కాస్పియన్ సముద్రము చుట్టు ఉన్న దేశములు పర్షియాకు ఎగువ భాగముననున్న మాదీయ నుండి హిందూకుష్ పర్వతముల వరకు మాదీయుల సామ్రాజ్యము విస్తరించినది. మాదీయులకు, గ్రీకులకు ఏజియన్ సముద్రము (మధ్యధరా సముద్రం) ద్వారా జరిగిన

నౌకా యుద్ధమునే 'మారథోన్' యుద్ధమందురు. వీరు గ్రీకు వీరులను అణగ ద్రొక్కుచుండిరి. అందువలననే పర్షియన్ సామ్రాజ్యమును భ్రష్టము చేయవలయునని గ్రీకు నగర రాజ్యము (city states) లన్నియు కలసి క్రీస్తు పూర్వము 334 ప్రాంతమున అనగా మాదీయుల పాలన దరిదాపు రెండువందల సంవత్సరములు గడిచిన పిదప మాసిడోనియా యువరాజైన అలెగ్జాండరు న్యాయకత్వమున ఆసియాపై అనగా పర్షియన్ సామ్రాజ్యముపై గ్రీకులు యుద్ధమును ప్రకటించిరి. అప్పటికి 'మూడవ డరయస్' పర్షియన్ చక్రవర్తిగా నుండెను. 3వ డరయస్‌ను The great king అని గ్రీకులు పిలిచిరి. మాదీయుడైన 3వ డరయస్ చక్రవర్తి వద్ద Greek mercinaries 75 వేల మంది కొలువులో ఉన్నట్లుగాను నాటి సప్త సింధులోయలోని సింధూ రాజ్యములన్నియు ఇతర మైనర్ ఆసియా రాజులవలె మాదీయ ప్రభువునకు కప్పము కట్టుచుండిరని గ్రీకు చరిత్రకారులు పేర్కొనిరి. నాటి సింధూ రాజులు డరయస్ చక్రవర్తికి మాతంగ బలములు సమకూర్చిరని వారు తెల్పిరి. డరయస్ చక్రవర్తికి సూషన్ రాజధానియైనను ధనాగారము 'పెర్సిపోలిసు' అను నగరమున కలదనియు అందు అశేషధనరాసులు కలవనియు గ్రీకుల చరిత్ర చెప్పుచున్నది. డరయస్ చక్రవర్తి వేసవి విడిది 'ఎక్ బటానా' కాస్పియన్ సముద్రము చెంత గలదు. గ్రీకులకు మాదీయ చక్రవర్తికి రెండు సంవత్సరముల పైననే ఘోరమైన పోరు జరిగెను. పిదప క్రీస్తు పూర్వము 330 సంవత్సరమున యుద్ధమున ఓడిపోయిన డరయస్ చక్రవర్తి తలదాచుకొనుటకు ఎక్‌బటానా పోవు మార్గమున మరణించెను. పర్షియన్ సామ్రాజ్యమును చేజిక్కించు కొనినందునే జగజ్జేతగా, సికందర్‌గా అలెగ్జాండరుని చరిత్రకారులు కీర్తించిరి. విశ్వవిజేత అయిన అలెగ్జాండరు మన దేశముపై దండయాత్ర జరిపి సింధూ రాజైన పురుషోత్తముని ఓడించి సింధూ, పంజాబు, గాంధారములకు గవర్నరుగా సెల్యుకస్‌ను నియమించెనని మనకు తెలుసు. మాదీయులతో జరిగిన దీర్ఘమైన యుద్ధములో పట్టుబడిన వారిని చంపగా మిగిలిన వారిని గ్రీకులు బానిసలుగావించిరి. అట్టి బానిసలను కొందరిని అలెగ్జాండరు సెల్యుకస్ వొద్ద ఉంచెను. గ్రీకులకు తోలు పటకాలు, పాదరక్షలు ఇతర రక్షణ కారక చర్మకవచాలు తయారు చేయువారిగా ఈ బానిసలను ఉపయోగించుకొనిరి. కాలక్రమమున వీరు అస్పృశ్యులైన చర్మ కారులతో కలిసిపోయిరి. నాటి సింధూ పంజాబ్ ప్రాంతము నుండి మాళవ రాజ్యం పతనానంతరము ఈ మాదీయులు ఉజ్జయినీ చుట్టుపట్ల చేరినట్లును, గుప్తుల కాలమున అక్కడ విస్తరించి తదుపరి తెలంగాణా ప్రాంతమునకు మరాఠాకు చేరిరని చరిత్రకారుల అభిప్రాయము. ఇట్లు మాదీయులు తెలుగు నాట చర్మకారులుగా అస్పృశ్యులలో చేరిరని ఒక వాదన కలదు. తెలుగునాట మాదిగలలో గోధుమ

వర్ణములు ఎక్కువగా నుండుటకు ఇదియే కారణమని వారి అభిప్రాయము. ఒకవేళ ఇదే నిజమైన మీడులనబడిన మాదీయులు జాంబువులలో కలిసిపోయిరి గదా!

పై వాదనలన్నియు పరిశీలించిన మాదిగ అను పదము మాతంగ్ అను సంస్కృత పదము నుండి అయినను లేక మాదీయ అను పదము నుండి అయినను రూపు దాల్చుటకు మిక్కిలిగా అవకాశము గలదు. మాదిగలకు పేరు స్థిరీకరణ వృత్తి స్థిరీకరణ గురించి ఇంతదనుక తెలుసుకొంటిమి.

ఇప్పుడు మాదిగవారు ''పెద్దింటోళ్లు'' అని చెప్పుకొనుటకు కారణమేమి? మాదిగలు చర్మకారులుగా చెప్పులు కుట్టుచూ తమకు ఉద్యోగము కలదని చెప్పుకొనెడివారు. దీనికి కారణమేమి? అనే విషయాలను గూర్చి తెలుసుకుందాము.

మాదిగలు తమను తాము పెద్దింటి వారు అనుటకు గల కారణము మూలవాసి రాజులైన జాంబువులగుటయే అనునది ముఖ్య కారణము. అంతే గాక చరిత్రగతమున యుద్ధములలో ఓడిపోయిన బానిసలు రూపుమారి జాంబువులలో కలిపివేయబడి అంటరాని వారుగా పరిగణింపబడిరి. అటులనే మాదీయ వంశములకు చెందినవారు. ఈ విధముగా మహర్షియైన మాతంగుని అనుచరగణము, మూలవాసి రాజులైన జాంబువుల గణము, అరుంధతీయ గణములు, మాదీయ గణములకు అనగా బానిసలమైనప్పటికిని, ప్రభువులు, నాగరికులు, ఉన్నత రాజకుటుంబముల నుండి, ఋషి కుటుంబముల నుండి వచ్చిన వారమని చెప్పుకొనుటకే మాదిగలు తమని తాము పెద్దింటివారమని చెప్పుకొని యుండవచ్చును.

మాదిగలు అలెగ్జాండరు తదనంతరం గుప్తుల కాలం వరకు కుల వ్యవస్థలో అతి క్రూరంగా అణచివేయబడిరి. ఆ కాలమున చర్మకారముతో పాటు అతి హేయమైన **Menial jobs** అయిన వెట్టి, తోటి, పాకి, లేక భంగీ పనులను కూడా ఆర్య సమాజము వీరిచేత చేయించినది. అప్పటినుండి కేవలము చర్మకార వృత్తితో పాటు అనేక ఇతర వృత్తులు దండోరా వేయుట మరియు హీనవృత్తులు చేయుచూ కడు దరిద్రత అనుభవించుచూ, ఇనుప గజ్జెల తల్లియైన పెద్దమ్మకు (శనిదేవత) బిడ్డలై కడు దరిద్రము అనుభవించిరి. **The Aryan society has looked down the chamars with loathsomeness.** ఆనాటికి నిజముగా వీరు పెద్దమ్మోరిబిడ్డలుగా పెద్దింటి వారగుట నిజముగా నాటి సమాజం వీరిని ఎట్లు అణగద్రొక్కినదో మనము ఊహించుకొనవచ్చును.

అయితే అరబ్బులు మహ్మదీయ దండయాత్రల తర్వాత మన దేశమున అనేకమైన మార్పులు సంభవించినవి. మొఘలులు, బహమనీలు మొదలైన ముస్లిమ్ నవాబుల

పాదుషాల కాలమున మాదిగలకు కొంత ఊరట లభించినట్లు కన్పించుచున్నది. దీనికి కారణము ముస్లింలకు మాదిగలకు ఆహార విషయంలో సంబంధము లుండుటయు, ముస్లింలలోని చర్మకారులను వారు చిన్న చూపు చూడక పోవుటయు, ముస్లిమ్ రాజ్యములలో చమారులకు పంటభూములు, ఈనాం భూములు లభించుటయు ముఖ్య కారణములై యున్నవి. అటులనే దక్కను సుల్తానుల కాలములోను, గోల్కొండ నవాబుల కాలంలోను, శైవభక్తులైన కాకతీయులకాలంలోను మాదిగలకు జరుగుబాటు బాగుగా ఉండెనని చెప్పుకొనవచ్చును. పైన పేర్కొన్న రాజ్యములలో వృత్తి పని వారిగా వీరికి ఈనాం భూములు లభించుటయు మనము గమనించగలము. ఇక్కడ చెప్పుకొనవలసిన చారిత్రిక ఘట్టమేదన పీష్వాల కాలమున Maratha Empireలో వృత్తి పనివారలకై 'గ్రామపోషణ' మాదిగలకు లభించుట. వృత్తి పనివారలకు లబ్ధిని చేకూర్చుచూ, వారి పోషణ భారము గ్రామమే పోషించుటకు పీష్వాలు ప్రవేశపెట్టిన పద్ధతియే ''బారా బలూతిదార్ పద్ధతి.'' వీరినే గ్రామమునకు సేవలందించు వృత్తి పనివారలుగా '12 గురు అయ్యవార్లు' అనిరి. వారే

1. పూజారి	2. వడ్రంగి
3. కమ్మరి	4. కుమ్మరి
5. ఛంభార్ (మాదిగ)	6. మంగలి
7. కంసాలి	8. చాకలి
9. సాలి	10. రామోషి
11. మాతంగ్	12. కంచరి

బారా బలూతిదార్ నియామకంలో మాదిగలకు జరుగుబాటు **(Assured income)** ఉన్నందువలన మాదిగలు తమకు ఉద్యోగము కలదని చెప్పుకునేవారు. నిరక్షరాస్యులైన మాదిగలు తమకు 'ఉద్దేగము' కలదని ఒక విధమైన సంతృప్తితో చెప్పుకునేవారు. ముస్లిం రాజ్యములలో కూడా మాదిగలకు ఈనాం భూములు లభించినవి. అనగా 'బారా బలూతిదార్ పద్ధతి'లో మాదిగలకు భూములు లేవు. కాని గ్రామమున భూమి వసతిగల అన్ని కులముల వారు వారి పంటలలోని చిన్న భాగాన్ని 12 మంది అయ్యవార్లకు వారి సేవలకు ప్రతిఫలముగా ఇవ్వవలసి యుండెను. ముస్లిం పరిపాలనా వ్యవస్థలో వీరికి భూములే ఈనాంగా ఇవ్వబడినందున మాదిగలు భూవసతి గలవారైరి. ఈనాం పద్ధతి. బలూతిదార్ పద్ధతి వలన కలిగిన సంతోషము మాదిగలకు ఎక్కువ కాలం నిలువలేదు. కారణం యూరప్‌లో జరిగిన పారిశ్రామిక విప్లవము.

సాంఘికంగా అంటరాని వారైనను ఆర్థికంగా జరుగుబాటు లభించిన కాలంలోనే క్రీ.శ. 18వ శతాబ్దంలో మెరుపువలె వచ్చిన పారిశ్రామిక విప్లవం యూరప్‌నే గాక మొత్తం బ్రిటీషు సామ్రాజ్యములోని వలస రాజ్యములన్నింటిలో పలుమార్పులు తెచ్చినది. పారిశ్రామికీకరణ వలన ఘోరంగా దెబ్బతినినవారు చేతివృత్తులవారు. ఈ చేతివృత్తుల కులాలలో కూడా ఉపాధి కోల్పోయినవారు ముఖ్యంగా సాలీలు (చేనేత పనివారు). మాదిగలు తయారు చేస్తున్న చెప్పులు (పాదరక్షలు), తోలు దట్టీలు, మొదలగు వాటిస్థానే పరిశ్రమలలో తయారైన పాదరక్షలు, బూట్లు, బెల్టులు, తోలు సంచులు, market కావించబడటంతో మాదిగలు వృత్తిని క్రమంగా కోల్పోవలసి వచ్చింది. అదే విధంగా నీటి పారుదల సౌకర్యములు పెరగగానే రైతు కుటుంబాలు కూడా మాదిగల ఈనాం భూములను, వారి స్వంత భూములను కబళించిరి. చేతి వృత్తి నైపుణ్యము మీద ఉన్న పట్టును బట్టి మాదిగలు వ్యవసాయమును నిర్లక్ష్యము చేయుటయు భూములు కోల్పోవుటకు ఇంకొక కారణము. 19వ శతాబ్దం నాటికి మాదిగలు తమ వృత్తిని కోల్పోయి, భూములను కోల్పోయి నిస్సహాయ స్థితిలో పడిరి. అప్పటి నుండి మాదిగలలో చర్మకార వృత్తిపై ఆధారపడువారి సంఖ్య వారి జనాభాలో 10% వరకు తగ్గిపోయి మిగిలిన 90% వారు వ్యవసాయ కూలీలుగా మారిరి. ఈ విధంగా ఫ్యూడల్ వ్యవస్థలో serfలుగా అనగా వ్యవసాయ కూలీలుగా తిరిగి అతిఘోరమైన దోపిడికి రాపిడికి గురి కావడం మొదలయినది. ఈ స్థితిలో వీరికి ఊరట కలిగించిన అంశములు, క్రైస్తవ మిషనరీల సేవలు, వివిధ రాడికల్, కమ్యూనిస్టు ఉద్యమాలు. ఉపాధి కోల్పోయిన మాదిగలు తమతోటి అంటరాని వారైన మాలలు మొన్నటి జమిందారీ విధానంలోను, నైజాంలో నిన్నటి వెలమదొరల పీడనలోను, రాయలసీమ, కోస్తా జిల్లాలలోను, భూస్వామ్య వ్యవస్థలోను తిరిగి దుర్భర జీవితం గడపవలసి వచ్చెను. ఈ పతనానంతరం తిరిగి మాదిగలలో పునరుజ్జీవనం, వికాసము కలుగుటకు ప్రయత్నము జరిగినదా? లేదా? స్వాతంత్ర్యానంతరం మాదిగల జీవనము లెట్టివి? అను విషయములను ముందు అధ్యాయములలో తెలుసుకుందాము.

అయితే ముందుగా మాదిగలలో గల ఉపకులాలేమిటి? ఉప కులములకు వేరు వేరు వృత్తులు కలవా? డక్కల్ వారు అను ఉపజాతి మాదిగ వారి గురించి చెప్పినది ఏమిటి? మొదలైన విషయముల గురించి తెలుసుకుందాం.

ఉపజాతులు :

కుల వ్యవస్థ ఆరంభం నాటికి జాంబువులు, అరుంధతీయులు, మాతంగులు మొదలగు జాతులు మాత్రమే అంటరాని వారుగా నాగజాతులతో పాటు పరిగణింపబడిరి. ఈ విధంగా చర్మకార వృత్తి వారైన జాంబువ, మాతంగ, అరుంధతీయ కులములు కాక

మాదిగ (చమార్) వారిలో ఇంకను అనేక ఉపజాతులు చేరి యున్నవి. ఇందు వింతైన విషయమేమియు కాదు. బ్రాహ్మణులలోనే అనేక జాతులున్నవి. క్షత్రియులలో సిథియన్‌లు, పార్ధులు, సుమేరియన్లు మొదలైన ఎన్నో జాతులున్నవి. అదే విధంగా వైశ్యులు, శూద్రులు; కాబట్టి కులములన్నవి Major sections అనియు అన్ని కులములకు ఉపకులములు Sub sections అనియు తెలియుచున్నవి. మాదిగలలోగల ఉపజాతులు ఈ విధంగా ఉన్నవి.

		ఇతర పేర్లు
1. మాదిగలు (తెలుగు వారు)	చర్మకారులు	మాదిగ జాంబువులు అరుంధతీయులు చమార్ గొడారి మాదీయ
2. మాదిగ క్రిష్టియన్	వీరు బిసిలుగా పరిగణింపబడుచున్నారు.	----
3. ఛంభార్ (మహారాష్ట్ర నుండి వలస వచ్చినవారు)	చర్మ కారులు	మోచి ముచి ఛంభార్ మాంగ్ మాంగ్ గరోడి సామగర

ఉపజాతులు

4. డొక్కలోళ్ళు	భిక్షకవృత్తి సంచారజీవనం	డక్కల్ డక్కల్ వార్
5. మాతంగులు	పూజారి వర్గము జాతర్ల వర్గము కళాకారులు	మాతంగి మాదిగ దాసు బైండ్ల కొలుపు వాండ్లు

6.	ఆదిద్రావిడులు	మాదిగ, మాలల్లో ఈవర్గం ఉంది	ఆది ఆంధ్ర
7.	జగ్గలి (ఒరిస్సా నుండి వలస వచ్చిన వారు)	చర్మకారులు	
8.	చిందోళ్ళు (ప్రాచీన సింధూనది లోయ నాగరికతకు చెందిన వారు)	చిందు కళాకారులు	సింధోళ్ళు, చిందోళ్ళు)
9.	నియోబుద్ధిస్టులు	మాదిగ, మాలల్లో ఈ వర్గం ఉంది.	

మొదలైనని మాదిగ ఉపజాతులు. ఈ ఉపజాతులలో పురాతనమున మాదిగ జన పదవములలో వూదిగలు ప్రధానవముగా నుండి మిగిలిన జాతులు వీరి చుట్టును చేరియుండుట చూడగలము. ఉదా: మాదిగ దాసులు మాదిగలకు పౌరోహిత్యం చేస్తూ మత పరమైన కర్మకాండలు జరిగించెడివారు.

చిందోళ్ళు, డప్పు వాద్యమునకు అనుగుణంగా చిందు వేయుటలో ప్రత్యేకత కలిగిన వారు. మష్టీనులు వడ్రంగము తదితర వృత్తులలో ఉండెడివారు. డక్కల్‌వారు అయితే మాదిగలను కీర్తించుచూ స్తోత్రపాఠములు వల్లెవేస్తూ మాదిగలకు వంది మాగధుల వలె ఉండెడివారు. అనగా చర్మకార వృత్తిలో నున్న మాదగలు ఉపజాతులన్నింటికి కేంద్రముగా నుండెడివారు. అరుంధతీయులు కథాకాలక్షేపంతోను, జాతరలలోను పాల్గొనెడివారు. మాదిగ, చమార్, అరుంధతీయ, జాంబవులు, మోచిలు మాదిగల ప్రధాన వృత్తిలో నుండగా మిగిలిన వారు మాదిగ సమాజమునకు అవసరములు తీర్చెడి వారైయున్నారు. కారణం మాదిగవారు (అనగా మాదిగ, అరుంధతి, చమార్) 90% ఉంటే ఇతర ఉపజాతులన్నీ కలిపి 10% మాత్రమే కలవు. అందువలననే అన్ని ఉపజాతులకు ప్రధాన కేంద్రవముగా మాదిగలు రూపొందిరి. ఈ ఉపజాతులన్నింటిని కలిపి మాదిగవారు అనుచున్నారు.

అస్పృశ్యులైన మాదిగలను గురించి చెప్పునప్పుడు మనము ఒక విచిత్రమైన విషయమును స్పృశించవలసి యున్నది. అది ఏమనగా డక్కల్‌వారు అను ఉపజాతికి చెందిన వారు మాదిగలు రాజవంశీకులని కీర్తిస్తూ జాంబువ పురాణాన్ని గానం చేస్తూ కర్దమ ప్రజాపతి.

(మాతంగ మహర్షి)ని కీర్తిస్తూ పౌరాణిక గాథల నుండి మాదిగలు ఉన్నత సంజాతులని సోదాహరణముగా కథలు చెపుతూ, మాదిగ వాడలకు దూరంగా ఉంటూ, కొండకచో సంచార జీవనం సాగిస్తూ, కేవలం మాదిగ వారిని మాత్రమే భిక్షమడుగుచూ, మాదిగలు తాకుటకు అనర్హులైన అస్పృశ్యులుగా తమకు తాము చెప్పుకుంటూ మాదిగ వాడల చుట్టూ పరిభ్రమించడం అనునది వారి జీవన విధానం. ఈ ఉపజాతి భట్రాజులను పోలినట్టి వారు. నిజముగా మాదిగలు, జాంబువులు, చమార్‌లు మూలవాసి రాజులు అని నిర్ధారించుటకు ఈ డక్కల్‌వారి పురాణములు ఒక ఆధారము. అష్టాదశ పురాణములలో పండితులను, వైదిక వాఙ్మయ దిగ్గజాలను ఎదిరించి ఈ డక్కల్ వారు శాస్త్ర బద్ధముగాను హేతు బద్ధముగాను (logical) పురాణములలోని ఎన్నో సాదృశ్యములను ఎత్తి చూపుచూ మాదిగలు మూలవాసి రాజులే అని వాద ప్రతివాదనలలో ఎన్నియో జట్టిలలో బ్రాహ్మణ పండితులను దిగ్భ్రమగావిస్తూ నిరూపించడం అనన్య సామాన్యమైన విషయం.

అది అట్లుండగా ఇరవైవ శతాబ్దపు ఆరంభంలో క్రైస్తవ మిషనరీలవలనను, ఆర్య సమాజం (స్వామి దయానంద సరస్వతి) వలనను విద్యావంతులైన మాదిగలు డక్కల్ వారిని తమ ఇండ్లలోనికి రప్పించి సహపంక్తి భోజనములు చేయించి అస్పృశ్యత అనునది లేదు అని వారిని కలుపు కొనిన సంఘటనల్లు మాదిగ వాడలలో కలవు. ఇది ఎంతయో ప్రశంసించ దగిన విషయము. దీని నుండి అగ్రవర్ణ సమాజము గుణపాఠములు నేర్చుకొందురు గాక!

ఇంత దనుక మనము మాదిగ చరిత్రను గురించి ముచ్చటించు కున్నాము. ఇప్పుడు మాదిగ వృత్తి చర్మకారమేనా? లేక ఇతర వృత్తులున్నవా? చర్మకార వృత్తి సేవలు (services) క్రింద పరిగణించవచ్చునా? లేక ఉత్పత్తికి ముడిపడి యున్నదా? మాదిగలకు గల ఇతర వృత్తులు ఏవి? అను వాటిని ముందు అధ్యాయములో పరిశీలించెదము.

శ్రీమతి టి. యస్. సదాలక్ష్మి

మాదిగ వృత్తులు

మాదిగలనే ఉత్తర దేశంలో చమార్‌లని అంటారని మనకు తెలుసు. ఈ చమార్ అనువారు ఈనాడు ఉత్తర దేశపు జనాభాలో 17% నుండి 18% వరకు ఉన్నారు. తెలుగునాట జనాభాలో 8% ఉన్నారు. మొత్తము దేశ జనాభా 100 కోట్లు అయితే మాదిగలు అను చమార్లు జనాభా 13% - 14% ఉంది. అనగా షెడ్యూల్డు కేస్ట్ జనాభాలో మూడవ వంతు పైగా చమార్లు ఉన్నారు. చర్మకార వృత్తిలో నున్న వీరిని వేదకాలమున 'కారవర' మరియు 'దిగ్వన' అని పిలువబడినట్లుగా మను ధర్మములో పేర్కొనబడినది. ఈ పదము వలన ఆర్యులను ధిక్కరించిన వన వాసులు అని మనువు పేర్కొనినట్లు తేటతెల్లమగు చున్నది. కల్హణుడు వ్రాసిన ''రాజ తరంగణి''లో మాదిగలను ''చర్మాకృత్'' అని పేర్కొనడ మైనది. అనగా మాదిగ వారు ముందు నుండి చర్మకార వృత్తిలో ఉన్నట్లుగా తెలియుచున్నది గదా. అయితే ఇక్కడ ఒక విచిత్ర విషయమును గమనించగలము. అది ఏమనగా మాల మాదిగలు వ్యవసాయ కూలీలుగా నిన్న మొన్నటి కాలమున మారునంత వరకు మహారాష్ట్రలోని మహర్లలోను, కోస్తా తెలుగు నాట మాలల్లోను, తమిళనాట పరియా లలోను, చర్మము ఊను వృత్తి కొనసాగినదని చరిత్రకారులు పేర్కొనుచున్నారు. కాని ఇప్పుడు మాలలెవ్వరును చర్మకార వృత్తిలో లేరు. అటులనే మాదిగలలో కూడా 90% పైగా చర్మకార వృత్తిలో లేరు. అయినప్పటికి కొన్ని వేల సంవత్సరములుగా మాదిగలు కొనసాగించిన చర్మకారమే ప్రధానవృత్తి. మాదిగ వారికి గల ప్రధాన వృత్తులు ఏవి అనగా:-

అ) చర్మకార వృత్తి

పశు చర్మము ఊనుట

చర్మము తీయుట

చెప్పులు కుట్టుట

చెప్పులు బాగు చేయుట

వ్యవసాయ పరికరములలో చర్మ సంబంధమైనవి తయారు చేయుట

ఆ) దండోరా వృత్తి:-

డప్పు మూయుట

డప్పు వాయించుట

దండోరా వేయుట

జాతర్లలోను, మత ఉత్సవములలోను గ్రామ పండుగ సంబరాలలోను ఊరేగింపులకు ముందుండి డప్పు వాయించుట.

ఇ) అనూదానంగా వస్తున్న menial jobs

కాటికాపరి

పోతరాజు

మాతంగి

చచ్చిన పశువును ఎత్తివేయుట

ఏనుగులను యుద్ధములకు ఉపయోగించుట

గుఱ్ఱములను ఆడించుట

గజ్జెకట్టి చిందు నృత్యము చేయుట

ఈ) ఆధునిక కాలంలో ఇతర అంటరాని కులములతోపాటు మాదిగ ఉప కులాలకు సంక్రమించిన menial Jobs.

1. వెట్టి
2. తోటి
3. పాకీ లేక భంగి
4. పాలేరు
5. వ్యావసాయ కూలీ
6. దాసి - జోగిని

చర్మకారము: మాదిగల ముఖ్యవృత్తి చర్మకారము. చర్మకారము సేవలు క్రిందికి వస్తుంది. అయితే ఇక్కడ గమనించ వలసిన ముఖ్య విషయము, దేశీయ కుటీర పరిశ్రమగా, ఆర్థిక పరిభాషలో indigenious cottage industry. మాదిగలు ప్రథమము నుండియు ఉత్పత్తి సమాజమునకు చెందిన వారు. వృత్తి పనివారుగా పాదరక్షలు తయారు చేయుటలో విశేష ప్రజ్ఞను ఇండస్ట్రియలైజేషన్ కాకమునుపే ప్రదర్శించిరి. మన చేనేత వృత్తి పనివారు ప్రపంచములోనే పేరుగాంచిన అగ్గిపెట్టెలో పట్టు వస్త్రమును చీరగా తయారు చేసిరని చరిత్రలో లిఖింపబడియున్నది. అంతటి ఉత్తమమైన టెక్నిక్‌ను ప్రదర్శించినందుకు వారిని గురించి మనము చెప్పుకొనుచున్నాము. అటులనే ఆగ్రా, కాన్పూరు, కొల్హాపూరు,

జోథ్‌పూర్ నందు తయారయిన పాదరక్షలు ముఖ్యంగా ఆంధ్రలో చర్మకార వృత్తి పని వారు తయారు చేసిన కిర్రు చెప్పులకు ఎంతో టెక్నిక్ ఉపయోగించిరి. అది ప్రశంసార్హమైనను ఇది అంటరాని వారి వృత్తిగను, బానిస వృత్తులుగా తృణీకరించ బడినందున మాదిగలకు ప్రశంసలు లభించలేదు. ఇట్టి గొప్ప ఇంజినీరింగ్ టెక్నాలజీని శూద్ర జాతులు, అంటరాని వారు ప్రదర్శించినా మన దేశము ఉపయోగించు కోనందునే ఈ నాటికి కూడా హయ్యర్ టెక్నాలజీని విదేశాల నుండి దిగుమతి చేసుకుంటున్నాం. ఇన్ఫర్మేషన్ టెక్నాలజీకి ఉవ్విళ్ళూరుట కంటే మన పరిశ్రమలలోను, వ్యవసాయములోను హయ్యర్ టెక్నాలజీని ఉపయోగించి అత్యధిక ఉత్పాదనను (productivity) సాధించగలిగితేనే మనం అభివృద్ధి చెందిన దేశముల జాబితాలో చేరగలము. దీని కొరకే మన ప్రభుత్వములు Indigenous technicలను Higher technologyగా మలచి దేశమును అభివృద్ధి పథములో నడిపెదరుగాక!

కుల వ్యవస్థ రాకమునుపే చర్మకార పనులలో అనగా పాదరక్షలు తయారు చేయుట, డప్పు వాయించుట మొదలగు వాటితో మాదిగలకు సంబంధమున్నట్లు మనకు తెల్లియును.

దండోరా: దండోరా వృత్తియు ఆదినుండి వచ్చుచున్నదే. దండోరా వృత్తిని మనము నేటి Information technologyతో పోల్చవచ్చును. ఆఫ్రికా దేశములో దీనినే Tom-Tom అనిరి. దండోరా అతి ప్రాచీన సమాచార వ్యవస్థ. రాజశాసనములన్నియు ప్రజలకు తెలియచెప్పుటకు దండోరా ముఖ్య సాధనము. ఇంకను న్యాయస్థాన తీర్పులు, జనాభా లెక్కల సేకరణలు, శిస్తు లేక పన్నులు వసూలు విధానములన్నియు, ఇంకను ప్రభుత్వములు మారుట, అంటువ్యాధుల (epidemics) వ్యాప్తి మొదలగునవి ప్రసార సాధనములు లేని ఆ రోజులలో దండోరా mediaగా ఉపయోగపడినది. ఇట్టి దండోరా వృత్తిని బానిస వృత్తిగా కించపరచి చూసిన మన కుల వ్యవస్థ దృక్పథము నిజముగా గర్హనీయమైనది.

కొలువులు: గ్రామ దేవత కొలుపులలోను, పోతరాజు పాత్రకు కూడా ఆనాటి సాంఘిక ఆచారములను బట్టి ఒక ప్రత్యేక స్థానం గలదు. ఆనాడు విషక్రిముల ద్వారా వర్షఋతువు నందు వ్యాపించెడి వ్యాధులు గ్రామము గ్రామమునే తుడిచి పెట్టుచుండెడివి. విషక్రిములు వ్యాప్తి చెందకుండా రక్తపు కూడును, పశువులను గ్రామ దేవతకు బలియిచ్చి ఊరి వెలుపల పారవేయుట మరణ కారక విషక్రిములను ఊరి వెలుపలకు పారద్రోలుటకు చేసిన యత్నమే. బోనాలు, జాతరలు అని ఈ కొలుపులను పిలుచుట మనకు తెలిసిన విషయమే.

తోటి, దాసి, పాకీ, భంగి ఇవి అన్నియు ఇతర ఉపజాతులకు అంటగట్ట బడిన ఇతర ఉపవృత్తులు. అంటరాని వారుగాను, బానిసలుగాను ఉండుటచే వారు ఈ వృత్తులను తిరస్కరించి యుండక పోవచ్చును. పారిశ్రామిక విప్లవము తరువాత చెప్పుల కంపెనీల రాకతో వారి ముఖ్యవృత్తిని కోల్పోయి పాలేరుగాను, వ్యవసాయ కూలీగాను మారవలసి వచ్చినది. అనగా ఒకనాడు సమాజమునకు సేవలు అందించిన వీరు బ్రతుకుదెరువునకు సమాజంపై ఆధారపడవలసి వచ్చెను. ఈ మార్పును సూచించునది ఏమనగా చర్మకారులుగా వారి సేవలపై ఆనాడు సమాజం ఆధారపడి యున్నది. ఈనాడు వ్యవసాయ కూలీలుగా వారు సమాజంపై ఆధారపడియున్నారు. జీవన విధానములో మార్పువచ్చి బ్రతుకుదెరువు కోసం పెనము మీది నుండి పొయ్యిలో పడినట్లయినది.

మాదిగలు ఈ దుస్థితి నుండి పైకి వచ్చారా? వారికి సాయపడిన ఉద్యమాలు ఏవి? మొదలగు విషయములను చర్చించుటకు ముందు మనము మాదిగ కళలను గూర్చి తెలిసి కొందాము. ఆర్య కళలకు, దేశీయకళలకు ఉన్న తేడా ఏమి? మాదిగ కళలు ఏవి? మాదిగ కళలకు శైవ మతమునకు గల సంబంధమెట్టిది? మాదిగలలో సాహిత్యాభిలాష ఎక్కువగా ఉండుటకు కారణమేమి? మాదిగ కళలలో గజ్జెకు గల స్థానమేమి? అను ప్రశ్నలకు జవాబులు వెదకి చూతము.

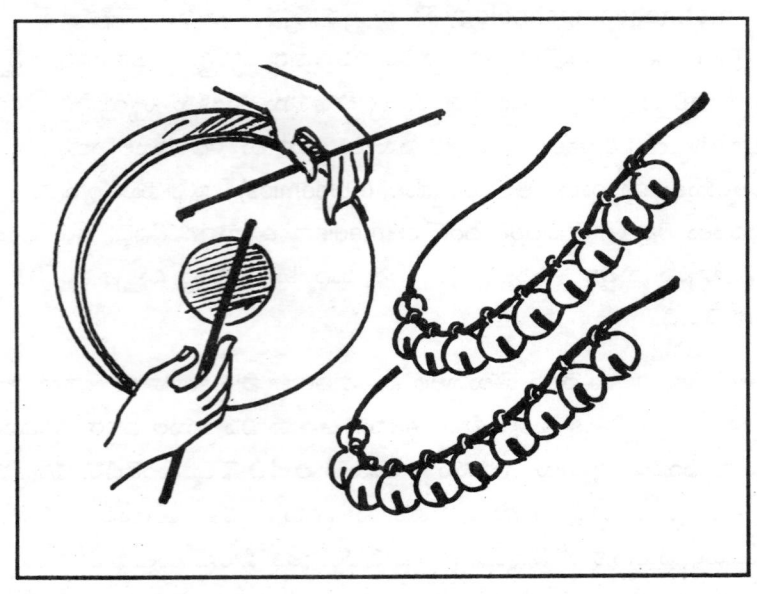

మాదిగ కళలు

కళ అనునది ఆత్మానందము కొరకా లేక వినోదార్థమా అనునది ఒక చిక్కు ప్రశ్న. కళ కళకోసమే అనుకొనుటలో-commercialization of art అనునది లేదని నిస్సందేహంగా చెప్పుకొనవచ్చును. అయితే కళలు వినోదార్థము గూడ commercialization లేకుండా పోషించవచ్చును. ఈ విధంగా కళ కళ కోసమే అయినా కళ ఆత్మానందము కోసమైనా కళ వినోదము కోసమైనా కళను కళగానే ఆస్వాదించుట, అంగీకరించుట, ద్రావిడుల నాగరికత లోని విశిష్టత. ఆర్యుల నాగరికతలో కళకు శాస్త్రీయత, కళోపాసన, కళకు ఎన్నో మెరుగులు దిద్ది ఒక స్థాయిని కల్పించుట ఆచారము. అందువలన కళాస్వరూపము కళారాధకుడైన ఒక వ్యక్తిపై ఆధారపడియుండును. ద్రావిడ నాగరికతలో కళలు తమ చుట్టు ఉన్న ప్రకృతికి అనుసంధించియుండును. ఆర్యనాగరికతలో కళలు దైవదత్త మగుచున్నవి. దీని వలన విద్వత్తు అనునది కలిగి కళలలో విద్వాంసులు రూపొందుదురు. ఆ విధముగా కళ యనునది ఒకే వ్యక్తి హస్తగతమై తద్వారా commercial అగుచున్నది. ఈ విధంగా ఆర్యులు తమ కళలతో ప్రభువులను, భాగ్యవంతులను మెప్పించి జీవనోపాధిగా మలచుకున్నారు. దీనివలన జరుగు నష్టమేమనిన కళోపాసకులనెందరినో అభ్యంతర పరచుచూ విద్వాంసులు కొందరే కళారంగమున నుందురు. ద్రావిడకళలు, వృత్తి ప్రతిభకు పట్టం కట్టునట్టివి కావు. ప్రతి ఒక్క జనపదుడు తన చుట్టూ ఉన్న ప్రకృతిలో లీనమై కళను వ్యక్తీకరించును. అది కూడ సామూహికంగా జరుగును. అందువలన ద్రావిడులకళలు ఆత్మానందమునకు, మానసికోల్లాసమునకు తోడ్పడును.

చిందునృత్యము :

మాదిగలు అనగా జాంబువులు, మాతంగులు శైవులని తెలుసుకొంటిమి. ప్రకృతితో కలసి నర్తించుట శైవుల ఆచారము. ఈ విధానములో ఉన్న ఒక గొప్ప విషయమేమనగా ప్రభువు కానీ అనుచరుడు కానీ, భృత్యుడు కానీ, పాలితుడు కానీ అందరును. స్త్రీ, పురుష భేదము లేక నాట్యంలో పాల్గొనుట ఈ పద్ధతిలో ప్రభువు ప్రేక్షకుడు కాదు. ప్రభువు కొరకు ప్రభువిచ్చు పారితోషికముల కొరకు వేరొకరు నాట్యము చేయుట అనునది లేదు. ఈ విధంగా జరుగు 'నటరాజు'ని కళలలో చిందు నృత్యం ఒకటి. ఈ కళ మాదిగల

జీవన విధానంలో ఒక భాగమైయున్నది ఆదిమ జాతులలో ఈ విధముగా గజ్జెకట్టి చిందు నృత్యము చేయుట అరుదు. అందువలన చిందు నృత్యము మాదిగల యొక్క ప్రత్యేకమైన కళ. ఇది కేవలం వారి ఆత్మానందమునకు ఉపయోగపడు కళ అయినను, మధ్యయుగము తర్వాత చిందు నృత్యము జాతరలలోను, కొలుపులలోను ఉపయోగించుట కూడా ఆరంభమైనది.

గజ్జెలు :

ఇక్కడ ఒక విషయము చర్చించవలసి యున్నది. ఆధునిక యుగమున ఫ్యూడల్ వ్యవస్థ ప్రబలిన తర్వాత ఇనుప గజ్జెలు శనిదేవతకు చిహ్నమనియు, గజ్జెకట్టి ఆడకూడదని మాదిగలపై ఆంక్షలు విధించుట మొదలైనది. ఈ విషయమై లోతుగా పరిశీలించిన భూస్వామ్య వాదులు బానిసలను వారి వినోదముల నుండి వారిని వేరు చేయుటకు చేసిన ప్రయత్నముగా కన్పించుచున్నది. రాజులు మొదలుకుని జమిందార్ల వరకు తమ దర్బారులో గజ్జె కట్టి తైతక్కలాడు ఆర్య కళాకారిణికి పోషణయు సత్కారములను జరుపుచూ, గజ్జె కారణముగా చెప్పి మాదిగలు ఆత్మానందముననుభవించు చిందు కళను తప్పు పట్టుట మిక్కిలి విడ్డూరముగా నున్నది గదా!

ప్రపంచములోనే అతి ప్రాచీన చర్మవాద్యములుగా ఢమరుకము, డప్పు లెక్కించవచ్చును. డప్పునే తప్పెట అనుచున్నాము. డప్పు వాద్యము మాదిగలకు గల ప్రత్యేక కళ. ఇది కూడా శైవము నుండి వచ్చిన కళయే.

డప్పు వాద్యము :

మన Indigenous Technic లను ఆర్యులు చిన్న చూపు చూసినట్లుగా తెలుసుకొంటిమి. దీనికి ఉదాహరణగా మన డప్పు వాద్యమును తీసికొనవచ్చును. **It is a very special and ancient musical instrument in the world.** డప్పును దండోరా వేయుటకు, ఊరేగింపుల లోను, జాతరలలోను, చిందు నృత్యములోను వాద్య విశేషముగా ఉపయోగించినను దానికి ఇవ్వవలసిన ప్రాధాన్యతను ఇవ్వలేదు. మద్రాసు రాష్ట్రమునకు గవర్నరు జనరల్‌గా పరిపాలన గావించిన ఒక ఇంగ్లీషు వాడు దేశీయ సంగీత వాద్యము లన్నింటినీ ప్రదర్శనలో పెట్టించి ఆ వాద్యములను మీటుట ద్వారా వచ్చు సంగీత ధ్వనులను **(rythems-beats)** ఒకసారి పరిశీలించెను. కణ కణ లాడించిన కనక తప్పెటల **beats**కు **rythem**కు అతను మూర్ఛిల్లి నంత పనిచేసి ప్రపంచములో ఇటువంటి జనపదులు వాయించు సంగీత వాద్యము వేరే ఎక్కడా లేదని ప్రశంసల వర్షము కురిపించెను. కనుక డప్పు వాద్యమును బానిస వృత్తిగా చూచుట చేతనే మనకు ఆ వాద్యము విలువ తెలియుట లేదు.

కర్రసాము :

మాదిగలకు గర్వకారణమైన ముఖ్యమైన కళ కర్రసాము (martial art) ఇది అతి ప్రాచీనమైన దేశీయ యుద్ధకళ. యుద్ధ కళలలో శత్రువుపై దాడి చేయుటకు కొన్ని ఆయుధములు కలవు. అటులనే శత్రువుల నుండి ఆత్మ రక్షణకు కొన్ని ఆయుధములు కలవు. తరువాత యుద్ధములు పోరాటములలో ఉపయోగించు ఆయుధములను 'తయారు చేయవలసిన' అవసరమున్నది. దీనికి కొంత సాంకేతిక పరిజ్ఞానము మరియు production units అవసరము. అయితే కర్రసామునకు ఉపయెగించునది సాధారణమైన వెదురు కర్ర. చేవతేలిన వెదురు కర్రలను ఎన్నుకొని నరికి వాటిని weathering చేసి కర్రసామునకు ఉపయోగించెదరు. ఈ కర్రను పోరాటమునకు, ఆత్మరక్షణకు కలిపి వినియోగించ వచ్చును. గాలిలో గిరగిరా కర్రను తిప్పుచూ పది, పదిహేను మంది శత్రువులనైనను ఒక్కడే ఎదుర్కొని కర్రసాము సాయముతో శత్రుదాడిని తిప్పి కొట్టవచ్చును. అటులనే 10 లేక 15 మంది దాడి చేసినప్పుడు కర్రసాముతో ఆత్మరక్షణ గావించుకొనవచ్చును. అయితే ఈ కళను శిక్షణ ద్వారా మాదిగలు అద్భుతమైన మార్షల్ ఆర్టుగా రూపొందించిరి. ఈ యుద్ధకళలో ముఖ్య విశేమేమనగా ఎంతయో సేపు శత్రువును దూరంగా ఉంచి దెబ్బతీయుట. ఇది ఎంతయో ప్రాచీన కళ అయినప్పటికీ, మన దేశములో యుద్ధకళను అభ్యసించువారు ప్రాథమికంగా కర్రసాము నేర్చుకొనుట గమనించగలము. నేడు చైనా, జపానుల నుండి వచ్చు martial arts మనం గమనించుచున్నాము. ఇవి ఆత్మరక్షణ విద్యలుగా మనదేశంలో కూడా యువతీ యువకులకు red belt, black belts యిచ్చి నేర్పించుచున్నారు. దేశీయ కళ, ఖర్చు లేని కళ అయిన కర్రసామును ఆత్మరక్షణ కొరకై మన ధయువతీ యువకులకు శిక్షణ నిచ్చు ఉద్దేశము ఎవ్వరికీ కలుగకుండుట కడు విచారకరము.

మాదిగల వృత్తులను కళలను గూర్చి తెలుసుకొన్న మీదట మనము గమనించవలసినది ఏమనగా మాదిగల జీవనము బానిసత్వమనియు, వారి వృత్తులు సంఘములో హేయముగా చూడబడుచున్నవనియు, వారి కళలకు ఆదరణ లేదనియు మనము గమనించగలము. ఈ విధంగా మధ్యయుగం నుండి గ్రామవ్యవస్థలో భాగస్వాములై యుండియు, అంటరాని వారిగా గ్రామమునకు దూరముగా ఉంచబడిన వీరిపై కాలానుగుణంగా వచ్చిన అనేక మత ఉద్యమాలు, రాజకీయ ఉద్యమాలు, సాంఘిక ఉద్యమాల ప్రభావం ఏమిటి? ఆ ఉద్యమాల వలన మాదిగలకు మేలు జరిగినదా? అట్టి ఉద్యమాల వలన వారి జీవన విధానములో వచ్చిన మార్పులేవి? ఈ ఉద్యమాల సారధులెవరు? మొదలైన విషయములను ముందు అధ్యాయంలో పరిశీలించెదము.

మత ఉద్యమాలు

మాదిగ జాతి దుర్భరమైన బానిసత్వంలోను, పేదరికంలోను, అంటరాని తనంతోను చికిత్స లేక రోగగ్రస్తమైనప్పుడు, మన దేశమున నడచిన మత ఉద్యమాల, భక్తి ఉద్యమాల ఔషద ప్రభావమును ఇప్పుడు పరిశీలిద్దాము. ప్రపంచ మత సమీక్షలో శ్రీ శివానంద స్వామి ఇట్లనుచున్నారు. ''తత్వ చింత, పురాణ గాథలు, నీతి బోధ మున్నగునవి చేరి మతమగును. మతము హృదయ సంబంధమైనది. అదే ప్రేమ మతము. అదే వేదాంత మతము. మతమునకు ఆవిర్భావ స్థానము భగవంతుడు. సర్వమతములకు అత్యంత ప్రాచీనమైన ఆదిమ మానవ మతమే ఆధార భూతమైనట్లు విదితము కాగలదు.'' దీనిని బట్టి మతములన్నియు ప్రేమ తత్వమును, సహజీవనమును బోధించునని తెలియు చున్నది. ఈ విధంగా సమాజమునకు దూరమైన మాదిగలను మానవతాభావమును బోధించు మతము లెట్లు తోడ్పడెనో ఇప్పుడు చూచెదము.

బౌద్ధ మతము :

బుద్ధిని బోధనలలో మానవుడు దుఃఖము నుండి జ్ఞానోదయము పొందుటకు నాలుగు సూత్రములు సూచించెను.

1. జీవితము అనునది దుఃఖ భాజనము.
2. కోరికలే దుఃఖమునకు కారణము.
3. కోరికలను చంపుకొనుటయే నిర్వాణము.
4. నిర్వాణము పొందుటకు అష్టాంగ పద్ధతి నవలంబించుట.

అష్టాంగము లేవనగా సత్య దృష్టి, సత్ సంకల్పము, సత్య వాక్కు, అహింసయను సత్కర్మము, సజ్జీవనము, సద్వ్యాయామము, సత్స్మరణము, సత్ ధ్యానం. ఈ విధముగా సత్య ధర్మమును (ధమ్మ) అవలంబించు బౌద్ధులు ''బుద్ధం శరణమ్ గచ్ఛామి! ధర్మమ్ శరణం గచ్ఛామి! సంఘం శరణం గచ్ఛామి! అని ప్రమాణము చేయుదురు. బుద్ధుడు మతము నందలి ప్రేమ తత్వమును విశ్వప్రేమగా మలచెను. ఇందువలన బౌద్ధములో రాజులు, పండితులు, ఉన్నత వర్గములతో పాటు సంఘము హేయముగా పరిగణించు అతి శూద్రులు, దేవదాసిలు, అంటరాని వారైన పంచములకు స్థానము లభించెను. పంచములను బౌద్ధము ఆదరించెనని అనుటకు మనకు సాక్ష్యముగా ''ఛండాలిక'' కథ

నిలుచుచున్నది. దీనిని బట్టి అశోకుని కాలము నుండి నిమ్న జాతులు కూడా బౌద్ధ ధర్మమును ఆచరించి విద్యాధికులై బౌద్ధ బిక్షువులుగా ఆసియా అంతటికిని వెళ్ళియుండిరనుటకు సందేహము లేదు. బౌద్ధం క్రీస్తు పూర్వమే 5వ శతాబ్దమున వచ్చినను తర్వాత క్రీస్తు పూర్వం 2వ శతాబ్దంలోనే అధికముగా వ్యాపించినది. అయితే అతి త్వరలోనే మన దేశమును వీడి ఆసియాలోని ఇతర దేశములకు పాకినది. 'Light of Asia' అయిన బుద్ధుడు వెలిగించిన దీపము ఆదరణ అను చమురు లేక ఈ దేశమున ఆరిపోయినది. బౌద్ధ మతమును స్వీకరించిన ఆసియా దేశములు నేడు అన్ని రంగములలోను ముందున్నవి. అందుచే బౌద్ధము ఈ గడ్డపై కూడా నిలబడి యున్నచో, నిమ్న జాతులు నేటికి ముందంజలో ఉండి యుందురనుట నిక్కము.

రామానుజ మతము :

రామానుజుడు క్రీస్తు శకము 11వ శతాబ్దములోని వాడు. ఈయనది భక్తి ఉద్యమము. ఈయన విశిష్టాద్వైత సిద్ధాంతములను నమ్మి ప్రచారము చేసెను. జ్ఞానము వలన కాక భగవంతునితో సహవాసం వలన అనగా భక్తి మార్గమున ముక్తి లభించునని రామానుజుడు ప్రబోధించెను. రామానుజుని బోధనలు శ్రీవైష్ణవములో ఒక మలుపు తిప్పి, భక్తి మార్గమునకు సర్వ జాతులకు ద్వారము తెరిచెను. ఆ విధముగా అంటరాని వారందరికి కూడా సవర్ణులవలే భగవంతుని పూజించుటకు అవకాశము లభించెను. పానుగంటి విరచితమగు 'సాక్షి'లో ఈ విషయము ప్రస్తావనకు వచ్చినప్పుడు-''చచ్చుట వైష్ణవులు,'' ''మాదిగాళ్వారులు,'' ''మాలబాపనయ్యలు''తో రామానుజము సర్వ ఖండాల సమ్మత మైనదని పేర్కొనిరి. దీనిని బట్టి రామానుజులు భక్తి మార్గమున అస్పృశ్యులను ఆనాటి సమాజమున చేర్చుకొనుటకు ప్రయత్నించిరని తెలియుచున్నది. రామానుజ మత ప్రభావము వలన నిమ్న జాతులలో వైష్ణవ మార్గమున శిక్షణ నొందిన వారు సంస్కృతము నేర్చుకుని వైదిక కర్మకాండలు, వివాహాది శుభకార్యములు జరుపు పూజారులు గాను, ఆయుర్వేద వైద్యులు గాను రూపొందిరి. వీరినే మాదిగ దాసులు, మాల దాసులనిరి. ఈ విధముగా రామానుజము ఉచ్ఛస్థితిలో ఉన్నప్పుడు అంటరాని తనమును పొగొట్టి నిమ్న జాతుల దేవాలయ ప్రవేశం జరుగుటకు ప్రయత్నములు జరిగెను. అయితే అది ఎంతయో కాలము నిలువ లేదు.

1. రామానుజ మత ప్రభావమేమన నిమ్నజాతులకు భక్తి మార్గమున హిందూ మతమున ప్రవేశము లభించెను.
2. 'దాసుళ్ళు' అను పురోహితవర్గము హిందూ లేక ఆర్య సాంప్రదాయమును బోధించు వైష్ణవ భక్తులు నిమ్న జాతులలోను మొలకెత్తిరి.
3. ఆయుర్వేద వైద్య సహాయము నిమ్న జాతులకు అందుబాటులోనికి వచ్చెను.

4. అతి ముఖ్యముగా నాటి చతుర్వర్ణములకు, అంటరానివారికి Inter-action ఇంకొం చెము పెరిగినట్లు తోచుచున్నది.

వీరబ్రహ్మేంద్ర స్వామి మఠము :

వీరబ్రహ్మేంద్ర స్వామి శూద్రుడు. వేద వేదాంగములను అభ్యసించి హిందూ మత వేద పండితులతో వర్ణవ్యవస్థ పైనను, మూఢాచారముల పైనను వాదనలు చేయుచు బ్రాహ్మణ పండితులపై ధ్వజమెత్తి ఈయన మానవతత్వమును బోధించెను. ఈయన సంసారిగా ఉంటూనే సన్యాసి జీవితమును గడిపెను. యోగ సిద్ధుడై అనేక నిదర్శనవములతో దురాచారములను, మూఢనమ్మకములను సంఘము నుండి బహిష్కరించి, సంఘ బహిష్కృతులైన నిమ్నజాతులను సంఘము ఆదరించునట్లు చేయుటకు కృషి చేసెను. ఈయనకు అత్యంత ప్రీతి పాత్రుడైన శిష్యుడు మాదిగ కక్కుడు. ఇంకొక శిష్యుడు మహ్మదీయుడైన సిద్ధప్ప. ఈ విధముగా వేదములు చదువరాదు, సంస్కృతము శూద్రులు నేర్వరాదు అను బ్రాహ్మణ వాదనను గట్టిగా వ్యతిరేకించి ఆ ప్రయత్నములో సఫలుడైనాడు. మానవ శరీర నిర్మాణమును జీవునకు, భగవంతునికి గల సంబంధమును ఆయన అనేక చక్రముల ద్వారా తెలియ చెప్పుటకు ప్రయత్నించెను. ఈ భక్తి మార్గమున విశిష్టత ఏమనిన అంటరాని తనమును ఎదుర్కొనుట. నేటికిని వాడవాడలా పోతులూరి వీరబ్రహ్మేంద్ర స్వామి మఠం వారు ఆయన భక్తి మార్గమును గానము చేయుచు సర్వ మానవ సమానత్వ మును బోధించుచూ స్వామి వారి జీవిత చరిత్రను నాటకముగా ప్రదర్శింతురు.

క్రైస్తవ మతము :

క్రైస్తవ మతమును బోధించిన ప్రవక్త జీసెస్. క్రైస్తవ మతము అనునది ప్రేమతత్వము. ఆయన విశ్వమానవ సౌభ్రాతృత్వమును, మానవ సేవను బోధించుటయే గాక ఆయన ఆచరించి చూపెను. క్రైస్తవ తత్వమున కరుణాంతరంగము, పశ్చాత్తాపము భగవంతుడిచ్చిన పది ఆజ్ఞలు అనుసరించుట. ప్రపంచములోని బాధలకు విరుగుడుగా త్యాగము **(sacrifice)** భక్తి మార్గమున మానవుడు దేవుని బిడ్డగా మారుట మొదలైనవి. బుద్ధుడు తన జీవిత కాలమున అంటరాని వారిని చేరదీసినట్లుగా **Jesus Christ** ఇశ్రాయేలు దేశములోనే సమరీయులు అను నిమ్న జాతులను చేరదీసెను. **The Good Samaritan** అను ఒక **Parable**ను కూడ సనాతనులలో వాదించు సందర్భమున చెప్పెను. జాతి విభేదములు ప్రోత్సహించు అచ్చటి పూజారులను ఆయన తన వాదనా బలముతో ఓడించెను. నిరు పేదలను, అన్నార్తులను, సంఘము కళంకితులుగా మార్చినవారిని, అంటరాని వారిని, దరి చేర్చుకున్నందులకే ఆయనను పూజార్లు సిలువ వేయించిరి. క్రీస్తు ఉపదేశములలో సుప్రసిద్ధమైనది **'Sermon on the mount'**. ఈ ఉపదేశము అహింసను, మానవసేవను, క్షమాగుణమును బోధిస్తుంది. క్రీస్తు దుఃఖితులను, రోగ గ్రస్తులను, కుష్ఠువ్యాధి గ్రస్తులైన

అపరిశుద్ధులను చేరదీసి వారికి సేవ చేసెను. 'సెయింట్ పాల్' అను క్రీస్తు శిష్యుడు క్రైస్తవ మతమును స్థాపించెను. Jesus Christ 12 మంది శిష్యులలో ఒకడైన 'సెయింట్ థామస్' అనువాని వలన క్రైస్తవము మన దేశమున కేరళలో స్థాపించబడెను. క్రైస్తవులైన యూరోపియన్లు అనగా తెల్ల దొరలు మన దేశములో రాజ్యమును స్థాపించిన తరువాత దేశమంతయు వ్యాప్తి చెందెను. ఇక్కడ గుర్తించుకొనవలసిన విషయములు.

1) క్రైస్తవము ఆసియాలో పుట్టెను.
2) మన దేశమున క్రీస్తు శకారంభముననే బోధింపబడెను.
3) క్రైస్తవమును బ్రిటీషు సామ్రాజ్యవాదులు మన దేశమున వ్యాప్తి చేయలేదు. అట్లు జరిగియుండిన దేశ జనాభాలో ఈనాడు 4%గాక క్రైస్తవులు 30% మంది ఉండెడివారు.
4) క్రైస్తవమును వ్యాప్తిలోనికి తెచ్చినది క్రైస్తవ మిషనరీలు.

మానవ సేవలోనే పరమార్థము గలదని ఎంచిన మిషనరీలు, అంటరాని జాతులలో జొరబడి వారిని స్పృశించి వారికి వైద్య సేవలు చేసి విద్యా బుద్ధులు గరిపి నాగరిక జీవన విధానమును నేర్పి, ఎవరైతే వారిని అంటరాని వారుగా చూసిరో అట్టి అగ్రకులాలు, శూద్రజాతుల కంటే ఆధునికులు (Polished citizens)గా మార్చి, వారిలో వ్యక్తిత్వ వికాసము (Personality development)ను కలిగించి, నాగరికులుగా మార్చి ధన్యులైరి. అటులనే అంటరాని వారైన మాల మాదిగలు విద్యాబుద్ధులు గడించి మిషనరీల సేవలతో సవర్ణులతో పాటు సంఘములో స్థానమును కల్పించుకొనిరి. మూఢాచారముల తోను, అవిద్యతోను అనాగరికులుగా బ్రాహ్మణేతరులు కొట్టుమిట్టాడుచుండగా మాదిగ, మాల, గిరిజనులలో కొందరు క్రైస్తవులు Polished humansగా రూపొందుట మన దేశ చరిత్రలో అమితాశ్చర్యకరమైన విషయము. తెలుగునాట మొదటి క్రైస్తవునిగా మాదిగ కులమునకు చెందిన ఒంగోలు ప్రాంత వాసి ఎర్రగుంట్ల పేరయ్యను పేర్కొనవచ్చు.

ఈ విధముగా విద్యావంతులైన మాదిగలకు ప్రభుత్వోద్యోగములు, ఉపాధ్యాయ వృత్తి, మతాచార్యులుగా సంఘములో గౌరవము లభించుటతో పాటు వీరు ఆనాడు వచ్చిన స్వతంత్ర పోరాటములో కూడా చురుకుగా పాల్గొనగల్గిరి. అంతియే గాక సాంఘిక, రాజకీయ, కుల నిర్మూలన ఉద్యమాలలో కూడా రాణించిరి. వీరిలో ఎందరో సాహిత్యము, లలితకళల పట్ల మక్కువ జూపి కవులు, కళాకారులుగా పేరు సంపాదించిరి. ఈ విధముగా క్రైస్తవము ఒక విధముగా మాదిగ, మాల, గిరిజనులలో సాంఘిక పునరుజ్జీవనము, సంస్కారములకు తోడ్పడి, వారి జీవనములో వికాసము కల్గించెను.

ఆర్య సమాజము :

స్వామి దయానంద సరస్వతి ఆర్య సమాజమును స్థాపించిరి. వీరిది హిందూ మతమైనను "back to vedas" అను వాదమును సూచించినదే ఆర్య సమాజము. వేదకాలమనాడు మానవులలో తరతమ బేధములు లేవనియు కులవ్యవస్థ లేదనియు,

భగవంతుడు ఒక్కడే అనియు ఆయనే ''ప్రజాపతి'' అనియు విగ్రహారాధనను నిరసింపవలెననియు, యజ్ఞములు నిర్వహించుచూ ప్రజాపతిని పూజింపవలెననియు ఆయన ఉపదేశించెను. ఆర్య సమాజములో అంటరాని వారిని చేర్చి వారికి పౌరోహిత్యమును నేర్పి హిందూ మతమున **revolutionary changes**ను తీసికొని వచ్చెను. అశుద్ధులు గాను, అనాగరికులుగాను, అప్పటికే కాలూనిన బౌద్ధ, ఇస్లాం, క్రైస్తవ మతములలో చేరిన వారందరిని అశుద్ధులనియు, అట్టివారిని శుద్ధిచేసి హిందూ సమాజమున కలుపుకొన వచ్చునను ప్రతిపాదన ఆనాటికి, హిందూ ఛాందసవాదుల నెదిరించిన ఒక నూతన వాదము. ఆర్య సమాజము వలన గిరిజనులు, ఇతర అంటరాని వారితో కలిసి మాదిగ లెందరో సంస్కృత విద్యను నేర్చి, తద్వారా పాఠశాలలో విద్యావంతులై సంఘములలో గౌరవ స్థానములను సంపాదించుకొనిరి. ఆర్య సమాజ సహాయమున విద్యావంతులు, నాగరికులు అయిరి. కుల వ్యవస్థలో వారి స్థాన మెట్లున్నను, సవర్ణులైన హిందువులు నిమ్నజాతులైన ఆర్య సమాజిస్టులను అంటరాని వారుగా పరిగణించ లేదనుట నిర్వివాదాంశం.

వీరశైవము :

బసవేశ్వరుడు దక్షిణాదిన ప్రారంభించిన వీరశైవ ఉద్యమం వలన లింగాలకు జంగాలకు చేకూరిన లబ్ధి ఎక్కువ. గిరిజనులు, మాలలు కొందరు శివాలయములలో పూజారు లయిరి. 'చాప కూటి' సంస్కరణలు జరిగినవి.

ఈ ఉద్యమము వలన జైనము, బౌద్ధము దక్షిణాది నుండి తుడిచిపెట్టుకు పోయినవి. మాదిగలకు ఒనగూడిన అభ్యుదయము తెలుగునాట కంటె కర్ణాడ ప్రాంతమున ఎక్కువగా వీరశైవము వలన జరిగినవి.

ఈ విధముగా సాగిన అనేక మత ఉద్యమాల ప్రభావమున నిమ్న జాతులలో మాదిగలతో సహా హిందూ కుల వాదులను విస్మయ పరచుచూ యెంతయో అభివృద్ధి కరమైన మార్పులు సంభవించెను. క్రైస్తవ మిషనరీల సేవ, లార్డు మెకాలే, విలియం బెంటిక్ మొదలగు వారి దూరదృష్టితో కూడిన సంస్కరణాభిలాష, రాజారామ్‌మోహనరాయ్, స్వామి వివేకానంద మొదలగు వారి కృషి కేవలం నిమ్న జాతులలోనే గాక దేశ ప్రజలలో గత రెండు వందల సంవత్సరములలో వారి ఆచార వ్యవహారములు, మానవ సంబంధ ములపై ఎంతయో ప్రభావమును చూపెట్టినవి. ఈ మార్పులు నిమ్న జాతులకు కొలదిగా ఊరట కల్గించుట సహజమే కదా !

ఇప్పుడు మనము మాదిగలపై ఈ మధ్యకాలమున సాగిన రాజకీయ ఉద్యమ ప్రభావ మెట్టిది? కాంగ్రెసు వారి హరిజనోద్ధరణ ఎట్టిది? **Radical humanism** అనగానేమి? **Communism** సిద్ధాంతము లేవి? నిమ్న జాతులపై కమ్యూనిస్టుల ప్రభావమెట్టిది? సోషలిస్టు సిద్ధాంతములు నిమ్న జాతులకు ఉపయోగ పడినవా? మొదలగు విషయములు పరిశీ లించెదము.

రాజకీయ ఉద్యమాలు

స్వాతంత్ర్యోద్యమమును ఒక విధంగా జాతీయ కాంగ్రెసువారు monopoly చేశారని చెప్పవచ్చు. ఆనాడు తలెత్తిన తీవ్రవాద ఉద్యమాలైన గదర్‌పార్టీ, మత చాంధస రాజకీయ ఉద్యమాలు, రాడికల్ ఉద్యమం పేరిట ఎమ్. ఎన్. రాయ్ మొదలెట్టిన Radical humanist ఉద్యమం మొదలైన వాటిని ప్రభావ రహితం చేస్తూ జాతీయ కాంగ్రెసు వేదికగా ఎందరో దేశ భక్తుల నాయకత్వంలో ముందంజ వేసింది. గాంధీజీ సాధించిన అసాధారణమైన విజయం ఏమిటంటే రాజకీయోద్యమంలోకి సాంఘిక ఉద్యమాలను మిళితం చేయడం. ఈ విధంగా ఆయన పరమత సహనం, హరిజనోద్ధరణ, స్వదేశీ నినాదం, గ్రామ స్వరాజ్యం, సర్వోదయం, రాజ భాష మున్నగు వాటిని మిళితం చేశాడు. వీటన్నింటిపైనా అహింసావాదాన్ని నిలిపాడు. జాతీయ కాంగ్రెసు స్వతంత్ర పోరాటంలో కేవలం దేశ భక్తి, స్వతంత్ర సముపార్జన గాక తమ ఎజెండాలో పై పేర్కొన్న వాటినన్నింటినీ చేర్చడం జరిగింది. దీనితో జాతీయ కాంగ్రెసు రాజకీయోద్యమం పరిపుష్టి నొందినది.

స్వాతంత్ర్యోద్యమంలో నిమ్న జాతుల ప్రస్తావన లేనేలేదని చెప్పిన బాల గంగాధర తిలక్ వాదనను విరమింపచేసి కాంగ్రెసువారు నిమ్న జాతులను కూడా కలుపుకొనవలెనని బాబా సాహెబ్ అంబేద్కరు చేసిన పోరాట ఫలితం, ఇండియాలో నిమ్న జాతులకు లేని స్వతంత్రం మీకు మాత్రం ఎందుకు కావాలి అని ప్రశ్నించిన British Conservative పార్టీ ధోరణి, మహాత్మాగాంధీ ఉదారవాదం, జాతీయ కాంగ్రెస్ హరిజనులను ఉద్ధరింపక తప్పని పరిస్థితి ఏర్పడినది. ఆనాడు వచ్చిన హరిజన దేవాలయ ప్రవేశ ఉద్యమము, హరిజనులను అన్ని దేవాలయాల్లోను అన్ని విద్యా కేంద్రాలలోను ప్రవేశం కల్పించవలెనని, రహదారులలో హరిజనులను నడవ నివ్వవలసిందని, మంచినీటి బావులలో నీరు తోడుకొనుటకు అనుమతించవలసిందని దేశం అంతటా పిలుపు నిచ్చినది.

1932లోనే మహాత్మాగాంధీ ఎఱ్ఱవాడ జైలులో ఉండగానే అంటరాని వారికి 'హరిజను' లని నామకరణం చేశాడు. Puna pact లో హరిజనులకు ప్రత్యేక హక్కులు, ఎన్నికలలో జనాభా ప్రాతిపదికన స్థానాలు, అంటరాని తనంపై సమరం మొదలగు అంశాలపై సవర్ణులు హరిజన నాయకుల మధ్య ఒప్పందం కుదిరింది. గాంధీజీ నవజీవన పత్రికకు పేరు మార్చి

'హరిజన్' పత్రిక అన్నారు. 'హరిజన సేవా సంఘం' కూడా అప్పుడే స్థాపించబడినది. అంటరానివారిని చైతన్యులను చేసి దేశభక్తి ఉద్యమాలలో వీరు పాల్గొనునట్లు గాంధీజీ పెక్కు కష్టాలెదుర్కొని హరిజనోద్యమానికి రూపు, ఊపు తెచ్చాడు. దేశమంతా హరిజనుల చేత దేవాలయ ప్రవేశం చేయించటం, హరిజన బాలబాలికలను పాఠశాలలో చేర్పించడం మొదలైన కార్యక్రమాలతో స్వాతంత్ర్యం రాక మునుపే భారతీయులంతా ఒక జాతి అనే స్ఫూర్తిని కలిగించుటకు జాతీయ కాంగ్రెసు వారు ప్రయత్నించిరి. హరిజనులు కూడా భావోద్దీపన నొంది ఖద్దరు ధారణ చేయుట, పాఠశాలలో చేరడం, స్వతంత్ర్యపోరాటంలో పాల్గొనుట చేశారు. జాతీయ కాంగ్రెసు వారి రాజకీయోద్యమంలో భాగంగా హరిజనోద్ధరణ అనే సాంఘిక ఉద్యమాన్ని ముడి వేసినందువలన హరిజనులలో ఆ ప్రభావం విపరీతంగా పనిచేసి ఏది సాంఘిక ఉద్యమమో, ఏది రాజకీయ ఉద్యమమో తెలియకుండా చేసింది.

హరిజనులలో చైతన్యం కలిగించుటకు ప్రయత్నించిన ఇతర పార్టీలు Radical Humanism. స్వరాజ్యం, అహింస, త్యాగం, స్వదేశీ మొదలైన, కాంగ్రెస్ సిద్ధాంతాలకు పూర్తి వ్యతిరేకంగా హేతువాదంతో, non-religiousగా మానవులలో పరివర్తన రావాలని, ఆ పరివర్తన ద్వారా సమసమాజం ఏర్పడుతుందని సిద్ధాంతీకరించినది. విదేశీ పెట్టుబడి దారులు, తెల్లదొరలు పోయి, స్వదేశీ పెట్టుబడిదారులు, నల్ల దొరలు స్వాతంత్ర్యానంతరం దోపిడీ విధానం కొనసాగిస్తారు కాబట్టి కాంగ్రెసు వారు సమసమాజం తేలేరు అని వీరి గట్టి నమ్మకం. వీరు కూడా హరిజన వాడలలో చైతన్యం కలిగించటానికి దేశ స్వాతంత్ర్యముతో పాటు ఆర్థిక సమానత్వం కోసం పోరాడాలని ఉద్బోధించేవారు. ఈ విధంగా హరిజనులలో విద్యాధికులు కేవలం దేశభక్తి, స్వతంత్ర్యం అనేవే కాకుండా కమ్యూనిస్టులు బోధించే ఆర్థిక సమానత్వం నుండి కూడా అదే సమయంలో తెలుసు కొనుటకు అవకాశం చిక్కినది.

ఈ Radical ఉద్యమాల నుండి రూపుదిద్దుకున్నదే Communist ఉద్యమం. నిరుపేదలైన హరిజనులు 'దున్నే వాడికే భూమి' అనే నినాదం వైపు, 'గాలి, నీరు, భూమి ఏ ఒక్కరి సొత్తు కాదు' అనే నినాదం వైపు ఆకర్షితులగుట ఎడారిలో ఒంటె ఒయాసిస్సుల వైపు పరుగు తీసినంత సహజం. నిరు పేదలైన హరిజనులను కమ్యూనిస్టు ఉద్యమాల వైపు త్రిప్పు కొనుటకు వారు విపరీతంగా కృషి చేశారు. కార్మికులు, వ్యవసాయ కూలీలు, సంఘాలు స్థాపించుకుంటేనే బాగుపడతారని కనీస వేతనాలు లభిస్తాయని, దోపిడి దౌర్జన్యం నుండి రక్షణ లభిస్తుందని కామ్రేడ్లు సాగించిన ప్రచారోద్యమం హరిజనులపై తీవ్రంగా పని చేసినది. కామ్రేడ్ పుచ్చలపల్లి సుందరయ్య స్ఫూర్తితోను తెలంగాణాలో రావి నారాయణరెడ్డి భూమి పోరాటాల్లోను హరిజనులు విశేషంగా పాల్గొన్నారు. ఆనాడు హరిజనులు కాంగ్రెసు నాయకులనెంతగా ఆదరించారో కమ్యూనిస్టు నాయకులనూ అంతగా ఆదరించారు. హరిజనాభ్యుదయానికి multi-agencies ఆనాడు పోటీపడి పనిచేశాయి. అందువలన హరిజనులు

కేవలం దేశ రాజకీయాలే కాకుండా కమ్యూనిస్టు పార్టీ సాన్నిహిత్యంతో ప్రపంచములో గల **Capitalist, Socialist, Communist** ఉద్యమాల గురించి తెలుసుకోగలిగారు. తామంతా శ్రామికులే కాబట్టి, శ్రామిక రాజ్యం వస్తే తమ కష్టాలన్నీ తీరుతాయని హరిజనులు ఆశపడటంలో వింతేమి లేదు. ఈ విధంగా ఉత్తేజితులైన హరిజనులు భూమి పోరాట ఉద్యమాలలో పాల్గొని తీవ్ర వాదులుగా కూడా పరిగణింపబడ్డారు. ఈ కమ్యూనిస్టు ఉద్యమాల ఫలితంగా భూ సంస్కరణలు జరిగి భూమి లేని రైతు కూలీలకు ఎంతో కొంత భూమి లభించటం జరిగినది. అన్నింటికంటే ముఖ్యంగా గ్రామస్థాయిలో పెత్తందారీ విధానాన్ని ఎదుర్కొనే ధైర్యం హరిజనులకు కల్గింది. మరీ ముఖ్యంగా తెలంగాణా ప్రాంతంలో ''నీ కాల్మొక్కుతా నీ బాంచను దొరా'' అనే హీనమైన ఆత్మన్యూనత నుండి ''నీ కాళ్ళు విరగ్గొడతా, నిన్నే పట్టు పడతా పీనుగా'' అని గ్రామ పెత్తందార్లు, బూర్జువాలు, ఈనాందార్లు, పటేళ్ళు, నల్లదొరలను అదిలించే ఆత్మ స్థైర్యం హరిజనులకు కలిగింది. తెలుగు నాట దొరల జులుం, గ్రామ దేవతల జులుం, పోలీసు జులుం, నిజాం నవాబు మొదలుకుని ఇతర జమిందార్ల జులుంను ఎదిరంచే సాహస ప్రవృత్తిని హరిజనులకు కమ్యూనిస్టు, రాడికల్ ఉద్యమాలు కల్గించినవి అనుటలో అతిశయోక్తి లేదు. ఇందిరాగాంధి హయాంలో వచ్చిన గరీబీ హటావో, 20 సూత్రాల ప్రణాళిక, వెట్టిచాకిరి నిర్మూలన, బ్యాంకుల జాతీయకరణ మొదలగు కార్యక్రమాలు దళితుల అభివృద్ధికి బాగుగా దోహదపడ్డాయి.

రాజకీయ ఉద్యమాల ద్వారా ప్రభావితులైన హరిజనులకు సాంఘిక ఉద్యమాలు చేసిన దేమిటి? సాహిత్యోద్యమాలు ఏవి? హేతు వాద ఉద్యమాలు ఏవి? అంబేద్కర్ సాగించిన కుల వ్యతిరేక పోరాటం యొక్క ప్రభావం ఏమిటి? కొన్ని సాంఘిక సంస్కరణ ఉద్యమాలు దళితులకు ఉపయోగపడినవా, లేదా? అనే విషయాలను హరిజనులపై సాంఘిక ఉద్యమాల ప్రభావం గురించి తరువాత అధ్యాయంలో తెలుసుకుందాం.

కీ॥ శే॥ బండారు వందనం

సాంఘిక ఉద్యమాలు

స్వాతంత్ర్యానికి పూర్వం వచ్చిన అనేక సాంఘిక ఉద్యమాలు సంస్కరణ వాదంతో వచ్చాయి. వ్యవహారిక భాష వాడకం, వితంతు వివాహాలు, కన్యాశుల్కం నిషేధం, బాల్య వివాహాలు, మొదలైన ఎన్నో విషయాలపై ఉద్యమాలు నడచినవి. అయితే ఇక్కడ మనం చర్చించేది అంటరాని తనం పైన, కులవ్యవస్థపైన జరిగిన ఉద్యమాలు మాత్రమే. ఆధునిక కాలంలో కుల వ్యతిరేక పోరాటాన్ని, స్పష్టంగా బ్రాహ్మణ వ్యతిరేక పోరాటాన్ని, ప్రారంభించినవాడు మహాత్మజ్యోతిరావు ఫూలే (1827-90) శూద్రులకు, అస్పృశ్యులకు పాఠశాలలు నడిపాడు. సంస్కృతం నేర్చుకుని హిందూ పురాణాలకు క్రొత్త వ్యాఖ్యానాలు రాస్తూ బ్రాహ్మణ వాదాన్ని ప్రతిఘటించాడు. వ్యవసాయ కూలీల తరపున ఉద్యమాలు నడిపాడు. ఫూలే కట్టిన కొల్లాయిని చూసి ఆనాటి బ్రిటీషు గవర్నరు జనరల్ ఇదేమి దిగంబరత్వం అని ప్రశ్నించగా నాదేశంలోని రైతులు, అస్పృశ్యులు ఈ విధంగానే జీవనం గడుపుతున్నారని, చెప్పి దేశవాసుల తరపున ప్రతినిధిగా నిలచెను. గాంధీజీ ఆ తరువాత ఆయనను అనుసరించాడు. ఫూలే 'సత్యశోధక' సమాజం స్థాపించి, శూద్రకులాలను బ్రాహ్మణాధిపత్యం నుండి తప్పించి కర్మకాండలు నిర్వహించాడు. ఈ విధంగా మహారాష్ట్రలోను, దక్షిణ దేశంలోను ఆ తరువాత సాగిన శూద్రుల ఉద్యమాలకు, హేతువాద ఉద్యమాలకు, రైతు కూలి ఉద్యమాలకు ఆయన ఆద్యుడయ్యాడు. ఫూలే రచనలలో 'గులాంగిరి' (పుస్తకం) గొప్పది. బ్రాహ్మణ వాదాన్ని ఖండిస్తూ ఆయన ఏమి చెప్పాడంటే ''బ్రాహ్మణుడు శూద్రులను అనేక విధాలుగా నాశనం చేస్తాడు. కేవలం పురోహితుడు గానే కాదు, ఇంకా అనేక విధాలుగా అణచివేస్తాడు. తనకున్న ఉన్నత విద్యతో, కుటిలత్వంతో ఉన్నత స్థానాలన్నీ ఆక్రమించి తద్వారా ఈ నాశనం కొనసాగిస్తాడు''. ఈ ప్రవచనమే తర్వాత వచ్చిన బ్రాహ్మణవాద వ్యతిరేక ఉద్యమాలకు ఊతం ఇచ్చింది.

హేతువాద ఉద్యమాలలో ద్రావిడ ఉద్యమ నాయకుడు ఇ.వి. రామస్వామి నాయకర్ (1879 - 1973) ఆద్యుడు. ఆర్యుల దండయాత్ర, ద్రావిడుల అణచివేత పురాణాలు, ద్రావిడద్వేషాన్ని స్థానికులపై వలసవాదుల ద్వేషాన్ని ఎత్తి చూపుతూ వాల్మీకి రామాయణంలో (మూల గ్రంథంలో) అసలు ఏముందో పరిశీలిస్తూ 'రామాయణం' అనే గ్రంథాన్ని

రచించెను. ఇది ఆనాడు దేశం మొత్తం మీద కలకలం రేపింది. ఆర్యుల కుసంస్కారాన్ని బ్రాహ్మణ వాదాన్ని తూర్పార బడుతూ ఆయన ద్రావిడుల ఔన్నత్యాన్ని కొనియాడి ద్రావిడ అభ్యుదయానికి సాంఘిక ఉద్యమాలు చేపట్టాడు. ఆర్య సాహిత్యాన్ని ఆయన తిరస్కరించి శూద్రులలో మూఢ నమ్మకాలు పోవుటకు నాస్తిక వాదమును ఎంచుకున్నాడు. అదే కాలంలో తెలుగు నాట త్రిపురనేని రామస్వామి చౌదరి 'శూత పురాణం' రచించి శూద్రులలో చైతన్యానికి బాట వేశాడు. కేరళలో కూడా నారాయణ గురు అతి శూద్రులలో చైతన్యం కలిగిస్తూ ఉద్యమాలను చేపట్టాడు. ఇట్టి కుల వ్యతిరేక పోరాటాలు, హేతువాద ఉద్యమాలు అంటరానితనం పై పోరాటాలు, తెలుగునాట హరిజనులపై ఎంతో ప్రభావం చూపెట్టాయి. ఇదే సమయంలో కుల వ్యవస్థపై పిడుగుపాటు వలె వచ్చినదే బాబా సాహెబ్ అంబేద్కరుని 'కుల నిర్మూలన'. అస్పృశ్యతను నివారించుటకు ఉవ్వెత్తున లేచిన ఉద్యమమే అంబేద్కర్ కుల నిర్మూలనోద్యమం. ''హిందూ సమాజానికి ఆధిపత్యం వహిస్తున్న బ్రాహ్మణులు తమ వర్గ ప్రయోజనాలకే తప్ప మొత్తం ప్రజల యోగ క్షేమాల గురించి ఆలోచించలేదు'' అని కూడా డా॥ అంబేద్కర్ వర్ణ వ్యవస్థపై ధ్వజమెత్తాడు. హిందూ మతం ఒక విధి, నిషేదాల శిక్షాస్మృతి అని అన్నాడు. మను ధర్మాన్ని చీల్చి చెండాడెను. బ్రహ్మణ వాదుల్ని హెచ్చరిస్తూ, ''మీ సమాజ వ్యవస్థను పూర్తిగా మార్చుకొనకపోతే మీరు ఏ విధమైన అభ్యుదయాన్ని సాధించలేరు. ఒక జాతిని గాని, ఒక నీతిని గాని మీరు నిర్మించలేరు'' అని బ్రాహ్మణ వాదులపై విరుచుకు పడ్డాడు. అంటరాని వారందరికి ప్రత్యేక నియోజక వర్గాలుండాలని పట్టుపట్టాడు. కులం ప్రాతిపదికన మతాచార్యులుండ కూడదన్నాడు. బ్రాహ్మణ తత్వాన్ని నిర్మూలించకుండా హిందూ మతాన్ని రక్షించలేరు అని కూడా వాదించాడు. స్వరాజ్య సాధనకంటే కుల నిర్మూలనే ఎక్కువ అని ఉద్ఘాటించాడు. డా॥ అంబేద్కరు సాగించిన కుల నిర్మూలనోద్యమం ఛాందస వాదుల మాడు చరిచింది. దేశమంతా ఒక ఊపు ఊపింది. కాంగ్రెసువారు హరిజనోద్ధరణ చేపట్టుటకు ఒక కారణమైనది. అంటరాని వారు కూడా డా॥ అంబేద్కరు నాయకత్వాన అస్పృశ్యతపై 'మహాడ్' వంటి ఉద్యమాలు నడిపారు. ఆ ఉద్యమ ప్రభావాలు, కాంగ్రెసువారి హరిజనోద్ధరణ, హిందూ మతవాదుల సంస్కరణ వాదం, సాంఘిక వాద ఉద్యమాలు తెలుగునాట, హరిజనులలో ఏ విధంగా పని చేశాయో తెలుసుకుందాము.

తెలంగాణా ప్రాంతమున హరిజనోద్ధరణకు అరిగె రామస్వామి, భాగ్యరెడ్డి వర్మ హైదరాబాదులో ఆది హిందూ భవన్ స్థాపించారు. గోల్కొండ పత్రికలో అభ్యుదయ భావాలతో సురవరం ప్రతాపరెడ్డి హరిజనుల కోసం వ్యాసాలు రాసేవారు. అదే కాలంలో 'ఆర్య సమాజం', 'Depressed class society, 'Sheduled caste federation' మొదలగు హరిజనోద్ధరణ ఉద్యమాలు కొనసాగెను. వీరు అంటరానితనంపై ఒక వైపున

సవర్ణులతో పోరాటం జరుపుతూనే, రెండవ వైపున రజాకార్లతోను పోరాడవలసి వచ్చినది. ఆనాటి నవాబు పాలనలో హరిజనుల పరిస్థితి అతి ఘోరముగా ఉండేది. ఇనాందార్లు, జాగీరుదార్లు, మాదిగ - మాలల బ్రతుకులను దుర్భరం చేశారు. ఆ సమయమున హరి జనులలో చైతన్యం కలిగించుటకు ఆది హిందూ భవన్ వారు, అరుంధతీ మహాసభ వారు, ఆర్య సమాజం వారు చేసిన కృషి హర్షణీయం.

1930వ సంవత్సరము యస్.ఆర్. బాబయ్యగారు అరుంధతీయ మహాసభను స్థాపించెను. హైదరాబాదులోను చుట్టుపట్ల ఉన్న మాదిగలందరినీ ఏకం చేస్తూ వారి అభివృద్ధి కోసం సంస్థ పాటు పడింది. అదేవిధంగా 1949లో బాబు జగజీవన్‌రామ్ తన తరపున నాటి అఖిలభారత దళిత జాతీయ సంఘం అధ్యక్షులైన డా॥ ధర్మ ప్రకాష్‌ను హైదరాబాదు పంపించారు. ఆయన ''హైదరాబాదు రాష్ట్ర దళిత జాతీయ సంఘము''ను ముదిగొండ లక్ష్మయ్య అధ్యక్షతన స్థాపించారు. ముదిగొండ లక్ష్మయ్య జాతీయ భావాలు గల నాయకుడు. '555' కంపెనీ గుర్తుగా ఆయనకు పాదరక్షల మార్కెటింగు కంపెనీ గలదు. ఆనాటి మాదిగ భాగ్యవంతులలో ఒకడై ఉండి ఉన్నత జాతీయ భావములు కల్గినవాడు. తరువాత కాలంలో హైదరాబాద్‌లో శ్రీమడుపు చంద్రయ్య, శ్రీ సాయిబాబా అను భాగ్యవంతులు, మంగళగిరిలో కీర్తిశేషులు బుల్లా శ్రీనివాసరావు (బోను మిల్లు); కర్నూలు పట్టణమున కీర్తి శేషులు బీసన్న (బీడి ఫ్యాక్టరీలు), కీ॥ శే॥ పినపాటి ప్రభుదాస్ (గుంటూరు) అను భాగ్యవంతులు మాదిగ వారి నుండి వచ్చుట హర్షదాయకమైన విషయము. కార్మిక మంత్రిగా బాబు జగజీవన్‌రామ్ 1950లో హైదరాబాదు రాష్ట్ర దళిత సంఘము యొక్క మహాసభలకు విచ్చేసి దళితులలో చైతన్యమునకు తోడ్పడిరి. అప్పటి నుండి అరుంధతీయ సంఘములోను, దళిత జాతీయ సంఘములోను, శ్రీ టి.వి. నారాయణ, శ్రీమతి సదాలక్ష్మి, శ్రీ కోటా పున్నయ్య మాదిగల అభ్యుదయమునకు విశేషముగా కృషి చేసిరి. ఈ స్ఫూర్తితో మాదిగ ఉద్యోగస్తులు హైదరాబాదు పట్టణమందు 'బంధు సేవా మండలి'ని స్థాపించిరి. ఈ సంస్థ కూడా శ్రీ టి.వి. నారాయణ, శ్రీమతి సదాలక్ష్మి, శ్రీ చంద్రకుమార్, డా॥ యమ్. జగన్నాథం, శ్రీ యన్. వెంకటస్వామి, IAS, మొదలైనవారు మాదిగలందరిలో ఆత్మీయతను పెంచుటకు ఉద్దేశించి స్థాపించిరి. బంధు సేవా మండలివారు దసరా మిలాప్ జరుపుట, వివాహ సమ్మేళనం జరుపుట మొదలగు ప్రయోజన కరమైన కార్యక్రమాలను నుడుపుచున్నారు. ఈ సంస్థకు డా॥ కిషన్‌లాల్ (NRI), శ్రీ సర్వేశం, శ్రీ పరమేశ్వర్ అను వారలు ఆధ్వర్యం వహిస్తున్నారు.

ఆంధ్ర, రాయలసీమ ప్రాంతముల్లో కూడా స్వాతంత్ర్యమునకు పూర్వం హరిజనాభ్యు దయం ఉద్యమాలు సాగినవి. బాబాసాహెబ్ అంబేద్కరు గోదావరి జిల్లా సందర్శించుట,

మహాత్మాగాంధి స్థాపించిన హరిజన సేవాసమితి ఆధ్వర్యమున ఎందరో కాంగ్రెసువాదులు హరిజన హాస్టళ్ళను స్థాపించుట, మొదలగు కార్యక్రమాలు జరిగినవి. హరిజనాభ్యుదయమునకు పాటుపడిన వారిలో కీర్తి శేషులు గాలి వందనం, కొండమూది సునందమ్మ పొన్నెగంటి బెంజిమన్, అప్పికట్ల జోసఫ్ మొదలగు వారున్నారు. మాదిగలకు కోస్తా జిల్లాల నుండి సారధ్యం వహించి, వారి సమస్యలను పరిష్కరించుటలో కృషి చేసినవారు కీర్తిశేషులు బండారు వందనం, ఈయన చర్మకారుల సంక్షేమం కోసం పాటుపడ్డారు. రాష్ట్ర ప్రభుత్వ ఆధ్వర్య ములో Lidcap అను సంస్థను స్థాపించుటకు కారణ భూతుడు కీ.శే. నోబుల్ వందనం. గోదావరి జిల్లాల్లో కీ॥శే॥ తానేటి వీరరాఘవులు మంత్రివర్యులుగాను శ్రీ కె. వివేకానంద, మాదిగవారి అభివృద్ధికి పాటుపడిరి. కీ॥ శే॥ భూత రాజారావు, మాజీమంత్రి రాజ నరసింహ, శ్రీ పి. రాధాకృష్ణ, శ్రీ మోత్కుపల్లి నర్సింహులు, రాయలసీమ నుండి శ్రీమతి లక్ష్మీ దేవి (మాజీమంత్రి) కుటుంబం, శ్రీమసాల ఈరన్నలు ముఖ్యులు. చర్మకారుల సమస్యలను ప్రభుత్వం యొద్ద ఉంచి, పోరాట పంథాలో కృషి చేసిన ఇట్టి నాయకులు అరుదుగానుందురు. కాంగ్రెసువాదులు స్థాపించిన ఎన్నియో హరిజన హాస్టళ్ళలో చదివిన నిరుపేద, మాదిగ యువకులెందరో ఉన్నత ప్రభుత్వోద్యోగములకు ఎగబాకిరి. IAS, IPSలుగా కేవలము అలంకార ప్రాయముగానుండక జాతికి సేవ చేసిన వారిలో కీర్తిశేషులు కత్తి చంద్రయ్య, IAS, L. సుబ్బయ్య, IAS, అర్జునదాస్ ముఖ్యులు, మాదిగలకు తగినంత ప్రాతినిధ్యము రాజకీయములలో లేదని, విద్యా ఉద్యోగములలో వెనుకబడినారని గమనించిన వాడు తెలుగుదేశం వ్యవస్థాపకులు కీర్తిశేషులు యన్.టి. రామారావు. ఆ తరువాత తెలుగునాట రాజకీయములలో మాదిగల ప్రాతినిధ్యం పెరగసాగినది. ఆయన మాదిగల నాయకుడు శ్రీ మహేంద్రనాథ్‌ని ముఖ్యమంత్రిని చేయుటకు యోచించెను. అదే సమయమున కాంగ్రెసువారు శ్రీ కోనేరు రంగారావును ఉప ముఖ్యమంత్రి పదవి కట్టబెట్టడం జరిగినది. ఈ విధంగా స్వాతంత్ర్యమునకు ముందు, స్వాతంత్ర్యానంతరం జరిగిన సాంఘిక ఉద్యమాలలో మాదిగలకు రాజకీయంగాను, ఆర్థికంగాను, సాంఘికంగాను తగుపాటి చైతన్యవంతులు కాగలిగారు. ఈ చైతన్యం అరుంధతీయ ఉద్యమం బలపడి మాదిగ హక్కుల పోరాట దిశగా పయనించి, ఆ పరిణామంలో ఆత్మగౌరవాన్ని, ఆత్మరక్షణను ఎజెండాలో చేర్చుకుంటూ ఎలా దండోరా ఉద్యమంగా రూపొందినదో తరువాత తెలుసుకుందాము.

ఒక జాతి ఉజ్జీవనానికి వైతాళికుల అవసరం ఉందా? సాహిత్యం ద్వారా చైతన్యం కలిగించేవారు జాతి వైతాళికుడు కాగలడా? ఎవరా జాతివైతాళికుడు? అనే విషయాలను ఇప్పుడు తెలుసుకుందాము.

జాతి వైతాళికుడు

జాషువా మహాకవి, సంఘ సంస్కర్త, అంటరానితనంపై గళమెత్తి పోరాటం సల్పిన మొదటి అంటరానివాడు గుఱ్ఱం జాషువా. వినుకొండ గ్రామమున 1895 సెప్టెంబరు 28న మాదిగవాడ యందు జన్మించెను. జాషువా కవిగా ఆయనకున్న ప్రత్యేకత ఛందోబద్ధమైన కవిత్వంలో పాటించిన సరళశైలి. ఆనాటి ప్రముఖ కవులు, రచయితలెందరో వారి కవిత్వంలోనే కాక వచనంలోనూ కఠినశైలిని పాటించుచుండగా జాషువా కవిత్వములోనే సరళశైలిని పాటించెను. ఆయన కవిగా, సంస్కరణవాదిగా, మానవతావాదిగా ఎంత ఎత్తు ఎదిగాడంటే ఆయన పద్యంలోనే

''కులమతాలు గీచుకున్న గీతల జొచ్చి
పంజరాన గట్టు వాడను నేను
నిఖిల లోకమెట్లు నిర్ణయించిన నాకు
తిరుగు లేదు విశ్వనరుడ నేను''

పై విధంగా తాను మానవునిగా ఎంతో ఎత్తుకు ఎదిగినట్లు ఆయన ప్రకటించుకున్నాడు. అయితే జాషువా ఆ స్థాయికి ఎదుగుటకు ముందు ఆయన ఎట్టి దుర్భర పరిస్థితులను అనుభవించాడో తెలుసుకుందాము. జాషువా తండ్రిది క్రైస్తవ మిషనరీ వద్ద చిన్న ఉద్యోగం. అది మాదిగవాడ. తన యింటికి దరిదాపులలోనే స్మశానము ఉండెడిది. ఆయనకు చదువుకొనవలెనని అభిలాష, ముఖ్యంగా తెలుగు కవిత్వమునందాశక్తి. మాదిగవాడలోని కుర్రవానికి సంస్కృతం ఎవరు నేర్పుతారు. అయితే ఇక్కడ కొందరు ఏమందురనగా జాషువా మాదిగ కులమున పుట్టలేదనేది వారి వాదన. అయితే జగమెరిగిన సత్యమే మనగా మాదిగవాడలోనే పుట్టి పెరిగెను.

'పంచములలోన మాదిగవాడనేను'

ఆ విధంగా తాను అంటరాని కులమున పుట్టానని, తాను మాదిగవాడినని చాటి చెప్పెను. కాబట్టి పై వివాదము అప్రస్తుతము. ఆనాటి అంటరానితనం భయంకరమైనది. అయినను ఒక బ్రహ్మణ పండితుని వద్ద సంస్కృతము, తెలుగు అభ్యసించుటకు ఏర్పాటును పెద్దలు కుదిర్చిరి. అది ఎట్లనగా పండితుడు ఇంటి ప్రహరీగోడ వద్దనున్న అరుగుపై కూర్చుండి

సంస్కృతము, వ్యాకరణము బోధించును. బాలుడైన జాషువా వీధిలోకూర్చుని ఆ పాఠములను అభ్యసించును. ఈ విధముగా తన కవితా ప్రవృత్తికి శాస్త్రీయతను ఒనగూర్చుచూ సంస్కృతము, వ్యాకరణము, అమరము, అనేక ప్రబంధ కావ్యములు నేర్చుకొనెను. ఈ విధముగా సమకాలీనులైన డా॥ అంబేద్కరు బాల్యమునకు జాషువా బాల్యమునకు humble beginningలో సారూప్యమున్నది.

తెలుగు భాష యందు ఆయనకు అభిమానము మెండు. తెలుగు భాషను గురించి Miltonic Simile ఆయన ఈక్రింది పద్యములో ప్రయోగించాడు గబ్బిలంలో

తేటయైన తీపినీట దిక్కులదాక
విస్తరించి రుచులు గుస్తరించి
చిల్క సంభ్రమింపు సేయుచుఁ గన్పట్టు
స్వచ్ఛమైన తెల్గు భాషవోలే.

ఒరిస్సా నందలి చిల్కాసరస్సు స్వచ్ఛమైన నీటితో తేటతెల్లముగా గన్పట్టునో, తెలుగుభాష కూడా అట్లే ఉన్నదనుచున్నాడు. ఈ విధంగా ఆయన తెలుగు భాషను ప్రేమించి ప్రతి ఒక్కడూ భాషలో ఉన్న సౌందర్యాన్ని ఆస్వాదించునట్లు చేసెను. పద్య కవిత్వాన్ని ఆయన సామాన్యులకు అందుబాటులోనికి తెచ్చెను. ముంతాజ్ బేగంను 'తాజ్ మహల్'లో వర్ణిస్తూ ...

అతివ చక్కదనము నభివర్ణనముసేయ
కలము సాగదెట్టి కవి వరులకు
చేయి యాడదెట్టి చిత్రకారులకును
చెలువ చెలువ మెల్ల జిలుకరింప

ఈ విధంగా తేట తెలుగులో ఆయన చెప్పిన కవిత్వం సంస్కృతాంధ్రములలో ఎక్కువగా ప్రవేశము లేని ఆనాటి శూద్రులకు, నిమ్న జాతులకు కూడా అవగతమైనది. ఆయన కవిత్వములో Poetic expression (భావ సౌందర్యము) సామాన్యులకు కూడా సాహిత్యము యెడల ఆసక్తి రేకెత్తించినది.

ఉదా : తాజ్‌మహల్‌కు ఆయన ఇచ్చిన కితాబు అద్వితీయము.

''రాణి విడిచిపోయే రాజు నొంటరిజేసి
రాజు విడచిపోయె రాజ్యరమను
రాజ్యరమయు విడచె రాజుల బెక్కండ్ర
తాజి విడువలేదు రాజసంబు.''

అయితే కొందరు విమర్శకులు వేసే ప్రశ్న ఏమనగా Poetic excellence ఉంది సరే ఆయన అంటరాని వారిని బడుగువర్గాలను జాగృతము చేసింది ఎక్కడ? అని ప్రశ్నిస్తారు. శ్రీశ్రీ చూడండి -

> నైలునదీ నాగరికతలో
> సామాన్యుని జీవన మెట్టిది
> తాజమహల్ నిర్మాణానికి
> రాళ్ళెత్తిన కూలీలెవ్వరు

అని శ్రీశ్రీ బడుగు వర్గాలను ప్రభావితం చేస్తూ శ్రామిక వర్గాలకు వర్గపోరాటం సూచిస్తూ కవిత్వం చెప్పాడు. జాషువాకు సామాజిక స్పృహ ఉన్నదా? ఆయన రచనలు బడుగు వర్గాలను ప్రభావితం చేశాయా? అని విమర్శకుల వాదం. దీనికి జవాబే ''గబ్బిలం'' అనే మహాకావ్యం. గబ్బిలం మహాకావ్యంతో ఆయన మానవ హక్కుల పోరాటాన్ని (Human rights) ఆరంభించాడు. అంటరాని చర్మకారుని, అనగా మాదిగ వానిని నాయకునిగా తీసుకుని మేఘసందేశము వలె జీమూతమునకు బదులుగా గబ్బిలమును పెట్టి కావ్యమును నడిపిన పద్ధతి నాటి మహాకవులగు విశ్వనాథ సత్యనారాయణ మొదలగు వారిని దిగ్భ్రాంతికి గురిచేసినది. కావ్యమునకు ఉండవలసిన లక్షణములన్నియు గబ్బిలమునకు ఉన్నట్లు కన్పించినా గబ్బిలంలో radical changes చూపెట్టిన మొదటివానిగా జాషువా అమరుడయ్యాడు. ఇక అంటరానితనంపై గబ్బిలం సాయముతో సమాజంపై ఆయన సల్పినపోరు కడు ప్రశంసనీయము. తన జాతి దుస్థితి తెలుసుకుని తన చుట్టూ ఉన్న ఆకలి, అంధాకారము నిస్సహాయత అనే చీకటి, అంటరాని తనం, అవమానం, అజ్ఞానం, అనే అతి భయంకరమైన చీకటి బావిలో కూరుకుపోయిన తన సమాజం దుస్థితిని గమనించి, ఆ లోతైన బావిలో నుండి ఆయన వేసిన పెనుకేకయే 'గబ్బిలం'. హైందవ సమాజం, హైందవ నీతి, హైందవ ధర్మం మాదిగ సమాజం యెడల చేసిన అతి ఘోర తప్పిదమును ఆయన తూర్పార బట్టెను. మాదిగ సమాజం దోపిడి నుండి, వెట్టి చాకిరీ నుండి, అంటరాని తనం నుండి, అస్పృశ్యత నుండి ఎలా బయట పడాలి అనేది గబ్బిలం రచనలోని పరమార్థం. మాదిగలు చెప్పులు కుట్టి జీవించు వారిగాను, వ్యావసాయ కూలీలుగాను ఏ విధంగా దైన్య స్థితిలో ఉన్నారో తెల్పుతూ -

> ''ముప్పు ఘటించి వీని కులమున్ గలిమిన్ గబళించి దేహమున్
> బిప్పి యొనర్చు నీ భరతవీరుని పాదము కందకుండగాఁ
> జెప్పులు గుట్టి జీవనము సేయును గాని నిరాకరింపలే
> దెప్పుడు నప్పుపడ్డది సుమీ భరతావని వీని సేవకున్.''

''వాని తొక్కాల కష్టంబు లేనినాడు
సస్యరమ పండిపులికింప సంశయించు
వాడు చెమ్మటోడ్చి ప్రపంచమునకు
భోజనము బెట్టువానికి భుక్తి లేదు.

ఆవిధంగా మాదిగలు వృత్తి కార్మికులుగా, వ్యవసాయ కూలీలుగా దేశానికి ప్రతిఫలము లేని సేవ చేస్తున్నారని చెప్పాడు. శ్రమ జీవులకు తిండి లేదనియు, సేవలకు విలువ లేదనియు ఎరుక పరచాడు. అంటరాని తనం మీద కులవ్యవస్థ మీద అంబేద్కారు వలే ధ్వజమెత్తి ఆ వ్యవస్థ ఎట్టి హేయమైనదో తెల్పుతూ

''అంటరాని తనంబు నంటి భరతజాతి
భువన సభ్యత కోలుపోయెను'' - అంటాడు. అటులనే కుల తత్వం అనేది అంటరాని వారి మధ్య కూడా ప్రబలి పోయిందని ఆవేదన చెందుతూ -

''కలదమ్మాత్రణం అంటరాని తనము
ఇండియా పాలమందు గల మాల, మాదిగలకున్'' - అంటాడు. ఇంత నికృష్టమైన కుల వ్యవస్థ భగ్నం కావాలని శపిస్తూ -

''నిమ్నజాతుల కన్నీటి నీరదములు
పిడుగులై దేశమును కాల్చివేయును'' - అంటాడు. ఈ విధంగా జాషువా మానవ హక్కుల పోరాటానికి, మాదిగ జాతి చైతన్యానికి తెలుగునాట నాంది పలికి మాదిగ జాతి వైతాళికు డయ్యాడు. జాషువా కావ్యనాయికలు, కథానాయకులు కూడా ఇంకొన్ని కావ్యాలకు ఖండ కావ్యాలకు బడుగు వర్గాలను ఎంచుకున్నాడు. ఫిరదౌసి, గబ్బిలం, క్రీస్తు చరిత్ర, శిల్పి ఇలా పాత్రలన్నీ పేదకవి, అంటరాని వాడు, వడ్లవాడు, కాటి కాపరి, వృత్తి కార్మికులను కూడా కావ్య నాయకులుగా కూడా చేశాడు. జాషువా రచనల ద్వారా బడుగు వర్గాలలో చైతన్యం కలిగి ఎందరో కవులు దోపిడి వాదమునకు వ్యతిరేకంగా మత్కుణం, పిపీలకం, జలగ ఇలా ఎన్నో కావ్యాలు, పద్యాలు రచించారు. ఈ విధంగా కూడ జాషువా జాతిని బానిసత్వము నుండి విడిపించే 'విమోచకుడు' (deliverer) పాత్ర పోషించాడు. ఈ విధంగా ఆయనను వైతాళికుడనుటకు సంశయువము లేకుండా చేశాడు. ఇంకను బడుగువర్గాలలో వ్యక్తిత్వ వికాసం (personality development) కలిగించుటకు జాషువా రచనలు ఎంతగానో తోడ్పడినవి. విద్య అనగా నియత విద్య మాత్రమే కాదనియు వ్యక్తిత్వ వికాసమునకు తోడ్పడేదే, మానవత్వం మనుష్యులలో వికసింపచేసేదే అసలు విద్య అంటే-

జనులం బీలిచి పిప్పి జేసెడి దురాచారం బులన్ గాలమ
ట్టని విద్యాబలమేల విద్యయన మౌఢ్య వ్యాఘ్రి కింపైన భో
జనమా మోసపు వ్రాతకోతలకు రక్షాబంధమా యెందుకీ
'మనుజత్వంబు నొసగని చదువుల్ మైరేయపుం మైకముల్'

అని గబ్బిలములో విద్యాబలాన్ని గురించి జాషువా చెప్పడం జరిగినది. ఆనాడు అంబేద్కరు Be educated, be united, be agitating అని చెప్పినది. వివేకానందుడు Education is the only solution for the problems of India అని చెప్పిన దానికి, జాషువా చెప్పిన ''మనుజత్వంబు నొసంగని చదువుల్ మైరేయపుంమైకముల్'' అని చెప్పినదియు విద్యావశ్యకతను ఉపదేశించుచున్నది. మహానుభావుల ఆలోచనలన్నియు ఒక్కటిగా నుండును గదా!

స్త్రీ సమానత్వము (gender development) వాదనతో మహిళలు కూడా బడుగు వర్గాలే అనే దృష్టితో మహిళాభ్యుదయాన్ని ప్రబోధిస్తూ .....

స్త్రీ కన్నన్ బురుషుండు శ్రేష్ఠుండనుచున్ సిద్ధాంతముల్ చేసితా
టాకుల్ కంఠము లెత్తి స్త్రీ జగతి కన్యాయంబు గావించనో
యేకాలంబున పుట్టి నింటయిన లేవేనాటి స్వాతంత్ర్యముల్
స్త్రీకి మారు సమాన గౌరవ విభూతిన్ గాంతకుం గూర్చు మా -

అంటాడు. కుల మత భేదాలు లేని నవలోకం కోసం జాషువా కలలు కంటాడు. మత పిచ్చిని, స్వార్థ చింతనలను ఖండించాడు. విశ్వజనీనతను ప్రకటిస్తూ కులమత విద్వేషములు తల చూపని తావులు కావాలంటాడు. అదే విధంగా తన జాతి, ఇతర నిమ్న జాతులు ధీశక్తిని పెంపు చేసుకోవాలని, ఆత్మ విశ్వాసంతో పురోగమించాలని సూచనలిస్తూ, దుష్ట సమాజాన్ని తాడితులు, పీడితులు అంతా సవాల్ చేయమంటాడు.

''గవ్వకు సాటిరాని పలుగాకుల మూకల సూయ చేతన
న్నెవ్విధి దూరినన్ నను వరించిన శారద లేచి పోవునే'' అని ఛాలెంజ్ చేశాడు.

ఘంట మూనెదన్ రవ్వలు రాల్చెదన్
గరగరల్ సవరించెద ఆంధ్ర వాణికిన్... అని సవాలు విసురుతాడు. ఎంత ఆత్మ స్థైర్యం. ఈ ఉపదేశమే ఈనాడు వచ్చిన మాదిగ దండోరా ఉద్యమానికి బీజం నాటింది. ఆ విధంగా కూడా జాషువా జాతి వైతాళికుడయ్యాడు. 1947వ సంవత్సరం ''నవయుగ

కవి చక్రవర్తి'', ''కవి దిగ్గజం'' బిరుదులను విజయవాడ నగరవాసులు సన్మాన సభ ఏర్పాటు చేసి చెళ్ళపిళ్ళ వేంకట శాస్త్రిద్వారా ప్రదానము గావించిరి. వేంకట శాస్త్రిగారు జాషువాకు గండపెండేరము తొడగిన పిదప ఏనుగుపై ఊరేగించుట గొప్ప చారిత్రక సంఘటన.

శ్రీశ్రీని గురించి చలం - ''తెలుగు కవిత్వాన్ని ఖండించి, దీవించి, ఊగించి, శాసించి రక్షించాడు శ్రీశ్రీ'' - అంటాడు. అదేవిధంగా తెలుగు సమాజాన్ని ''ఖండించి, దీవించి, ఊగించి, శాసించి, రక్షించాడు జాషువా.'' ఈ విధంగా బడుగు వర్గాలను ప్రభావితం చేసిన నవయుగ కవి చక్రవర్తిగా తెలుగునాట జేజేలు అందుకొనుచున్నాడు.

రాజు మరణించె నొక తార రాలి పోయె
కవియు మరణించె నొక తార గగనమెక్కె
రాజు జీవించె రాతి విగ్రహములందు
సుకవి జీవించె ప్రజల నాలుకల యందు

ఇదే మహాకవి జాషువా విషయంలో 'సుకవి జీవించె రాతి విగ్రహమునందు, సుకవి జీవించె ప్రజల నాలుకలయందు' అని నభూతో నభవిష్యత్తుగా శిలాక్షరమై నిలిచింది. మహాకవి, జాతి వైతాళికుడు అందించిన స్ఫూర్తితో మాదిగవారిలో చైతన్యం కలిగిందా! గబ్బిలం ప్రభావంతో మార్పులు ఏమైనా వచ్చాయా! ఆనాటి సమాజ స్థితిగతులను బట్టి మాదిగవారిలో బాబు జగజీవన్‌రామ్ ప్రభావముతో వచ్చిన మార్పులేమిటి? ఒక హరిజనుడు జాతీయ నాయకుడు ఏవిధంగా కాగలిగాడు? అనే విషయాలను తరువాత అధ్యాయంలో తెలుసుకుందాం.

జాతీయ నాయకుడు

గత శతాబ్ది ఆరంభంలో రత్న గర్భ అయిన జాంబువ ద్వీపం నుండి ఎన్నియో జాతిరత్నములు ఉదయించినవి. అట్టి నాయకుల ఉద్యమ స్ఫూర్తితోనే సమాజమున కొన్ని మార్పులు, దేశమునకు స్వాతంత్ర్యము వచ్చు అవకాశం లభించినది. అట్టి జాతి రత్నములలో మాదిగ సమాజమునకు చెందిన బాబు జగజీవన్‌రామ్ ఒకరు. 1908వ సంవత్సరం ఏప్రిల్ 5వ తేదీన ఈయన బీహార్ రాష్ట్రములో చాంద్వా అను గ్రామమున జన్మించెను. ఈయన తండ్రి శోభీరామ్. ఆనాడు బీహారులో కూడా చమార్లు (మాదిగలు) నిషాదులు, ఛండాలురు అను బానిస జాతులను పురవీధులపై నడువనిచ్చెడి వారు కాదు. దేవాలయ ప్రవేశం నిషేధము. ఇట్టి సమాజం నుండి వచ్చిన జగజీవన్‌రామ్ ఈ దేశమునకు జనతాపార్టీ పాలనలో ఉప ప్రధానమంత్రిగా సేవ చేసి ప్రధానమంత్రి పదవికి పోటీ పడుట వెనుక ఎంతటి ఆత్మస్థైర్యం, క్రమశిక్షణ, సేవాభావం దృఢ దీక్షా గలవో తెలిసికొందాము. జగజీవన్ కుటుంబము శివనారాయణ దీక్ష నొందినది. అట్టి వారికి సవర్ణ బాలురతో పాటు కలసి చదువుకొను అవకాశము ఆ రోజులలో అపూర్వ విషయము. శివనారాయణ సాంప్రదాయమనగా శివ కేశవులకు తారతమ్యం లేని సంప్రదాయం. ఈ సాంప్రదాయమున విశ్వమానవ ప్రవేశమునకు అర్హత కలిగియున్నది..

పాఠశాలయందు జగజీవన్‌రామ్ ప్రతిభగల విద్యార్థి యగుటచే, అతని చేత సవర్ణ బాలురకు బహుమతులు ఇప్పించుటకు పాఠశాలవారు నిర్ణయించిరి. జగజీవన్‌రామ్ అంటరానివాడు గనుక బహుమతి ప్రదానం చేయుటకు సంశయించెను. ఉపాధ్యాయులు ఇది గ్రహించి జగజీవనునికి నచ్చ చెప్పి, పిల్లలందరికి మిఠాయిలు పంచు విధముగా చేశారు. కాలగతమున బాబు జగజీవన్‌రామ్ కేంద్రమంత్రి వర్గమున 25 సంవత్సరములు పైగా క్యాబినెట్ మంత్రిగా నున్నప్పుడు ఎందరో అర్హులకు ఎన్నియో పారిశ్రామిక కుటుంబములకు , ఎన్నియో సంస్థలకు మరీ ముఖ్యంగా నిస్సహాయులైన దళితులకు పర్మిట్లు, లైసెన్సులు, అభివృద్ధి అనే మిఠాయిలు పంచి యిచ్చుట గొప్ప విశేషము.

సహాయ నిరాకరణ ఉద్యమం జరుగుచున్న రోజులలో పండిత మదన్‌మోహన్ మాలవ్య ''ఆరా'' జిల్లా కేంద్రమునకు వచ్చి హరిజనులేర్పరచిన సమావేశమునకు వచ్చెను. ఆయనకు

సన్మాన పత్రమును సమర్పించినది జగజీవన్‌రామ్. మాలవ్య కృషి ఫలితంగా జగ్‌జీవన్‌కు కాశీ విద్యాలయంలో ప్రవేశము, కాలేజీ హాస్టలు ఖర్చులకు బిర్లా ఉపకార వేతనము లభించినది. అది ఆర్య సమాజము వారి విద్యార్థుల భోజనశాల. జగజీవన్‌రామ్ చమార్ (మాదిగ) కులమువాడని తెలసిన పనివారు జగజీవనుడు అచ్చుట భుజించిన అంట్లు తోముటకు నిరాకరించిరి. అందుచేత జగజీవనుడు ఒక మాస్టరు ఇంటిలో అతని బలవంతం మీద భోజనము చేయుటకు ఒప్పుకొనెను. కాని అక్కడ కూడా ఇదే పరిస్థితి దాపురించెను. చివర ఒక శూద్రుని ఇంటిని కిరాయికి తీసుకుని అక్కడ అద్దెకు అగ్రిమెంటు వ్రాయించుకుని గడపవలసి వచ్చినది. అదే విధంగా మంగలి కూడా క్రాఫ్ చేయుటకు నిరాకరించెను. జగ్‌జీవనుడు చిన్నపాటి ఉద్యమం లేవదీసి మంగలి దుకాణం ముందు ధర్నా నిర్వహించెను. చివరికి మంగలివారు దళితులందరికి క్షురకర్మ చేయుటకు అంగీకరించిరి. 1927లో కలకత్తాలోని విద్యాసాగర్ కాలేజీలో చేరినప్పుడు కాన్పూర్‌లో స్వామి అచ్యుతానంద్ సాగిస్తున్న హరిజన ఉద్యమం గమనించి 'రవిదాస్ మహాసభ' ను స్థాపించెను. దక్షిణ దేశమున నిమ్న జాతీయుడయిన 'నందనార్'కు ఎటువంటి చరిత గలదో, అదే కోవలోనివాడు చర్మకారుడయని 'భక్తరవిదాస్'. ఈ సమాజం దళితులలో సాంఘిక దురాచార నిర్మూలనకు కృషి చేసెను. 1930లో మహాత్మాగాంధీ సత్యాగ్రహ ఉద్యమం ఆరంభించెను. ఈ ఉద్యమంలో పాల్గొన్న జగజీవన్‌రామ్ లాఠీ దెబ్బలు కూడా తిన్నాడు. ఒక వైపు స్వతంత్ర్యోద్యమంలో పాల్గొంటూ కలకత్తా విశ్వవిద్యాలయం నుండి **B.Sc.**, పూర్తి చేసెను. ఆనాటి నుండి ఖద్దరు ధారణ మొదలిడిన జగజీవన్‌రామ్, గాంధీజీ హరిజన సేవాసంఘం స్థాపించినప్పుడు, హరిజనులకు గాంధీజీ ''హరిజన్'' పత్రిక ద్వారా అస్పృశ్యతా నివారణకు చేయుచున్న కృషిని గురించి తెలుసుకొని గాంధీజీ శిష్యులలో ఒకడయ్యాడు. గాంధీజీతో కలసి బాబు రాజేంద్రప్రసాద్ ఆధ్వర్యంలో బీహార్, కలకత్తాలలో యాత్ర సాగించెను. ''హరిజనుల అభ్యుదయం నా ప్రాణంతో సమానం. రోజూ నాకు అన్న పానీయాలు ఎంత ముఖ్యమో, హరిజనులకు సేవ చేయుట అంత ముఖ్యం'' అని చెప్పిన గాంధీజీ జగజీవనునకు మార్గదర్శకుడయ్యారు.

హరిజనోద్ధరణకు బయలుదేరిన గాంధీజీపై మత ఛాందసవాదులు దాడికి పూనుకున్నారు. కాశీ నుండి లాల్ శాస్త్రి అను వానిని గాంధీజీని వాదనలో ఓడించుటకు పిలిపించిరి. వాదనలో ఓడిపోయిన లాల్‌శాస్త్రి గాంధీజీ పయనిస్తున్న కారుకి అడ్డంగా పరుండిపోయెను. అట్టి ప్రదేశాలలో మత ఛాందసవాదులు, గాంధీజీపై ఇటుక ముక్కలు, పాత చెప్పులు, రాళ్ళు రప్పలు విసిరేవారు. గాంధీజీ జంకక హరిజనోద్యమం ఉధృతంగా కొనసాగించెను. బీహారు పర్యటనలో జగజీవన్‌రామ్ గాంధీజీ వెంట ఉన్నాడు. గాంధీజీకి శిష్యుడైన జగజీవన్ ఒక్క విషయంలో మాత్రం గాంధీజీని ఎదిరించెను. గాంధీజీ

హరిజనులు గోవులతో సమానం అన్నదానికి ''బాపూజీ! మేము చేతకాని వారమా? పశువుతో సవమానవమా''? అని జగజీవన్‌రామ్ ప్రశ్నించి గాంధీజీ మెచ్చుకోలుకు పాత్రుడయ్యాడు. ఈ సమయంలో అఖిల భారత దళిత వర్గీయ సంఘానికి బీహార్ ప్రాంత అధ్యక్షునిగా జగజీవన్‌నరామ్ ఎన్నికయ్యాడు. 1935లో శాసనసభలకు జరిగే ఎన్నికలకు జగజీవన్‌రామ్ నిలిపిన 15 మందిలో 14 మంది పోటీ లేకుండా ఎన్నికయ్యారు. కాంగ్రెసు వారి స్వాతంత్ర్యోద్యమంలో పాల్గొని గుజరాత్‌లోను, బీహార్‌లోను వ్యవసాయ కూలీల అభ్యుదయానికి కృషి చేశాడు. అదే సమయంలో స్వతంత్ర యోధునిగా జైలు జీవితం కూడా హజారీబాగ్‌లో చవిచూశాడు. తర్వాత వార్ధాలో గాంధీజీతో కొన్నాళ్ళు గడిపెను. 1942లో వచ్చిన 'క్విట్ ఇండియా ఉద్యమంలో' పాల్గొని మరలా జైలు జీవితం గడిపాడు. స్వాతంత్ర్య ఉద్యమంలో బ్రిటీషువారి ఆరళ్ళకు ఉక్కుముక్కలా నలిగిన జగజీవనునకు 1946లో మొట్టమొదటగా నెహ్రూ తాత్కాలిక ప్రభుత్వములో కార్మికశాఖ లభించెను. 1947లో స్వతంత్ర్యానంతరం తిరిగి కార్మిక మంత్రిగా ప్రమాణ స్వీకారం చేశాడు. ఆనాటి నుండి ఎన్నో దశాబ్దాలు జగజీవన్‌రామ్ కేంద్రమంత్రిగా ఉండుట చారిత్రాత్మక విజయం. మహాత్మాగాంధీ జగజీవన్‌రామ్ గురించి "My heart goes out in respectful admiration to Jagajivan Ram for his having emerged the purest gold out of fire".

బాబు జగజీవన్‌రామ్ ఆహార వ్యవసాయశాఖా మంత్రిగా పని చేసినా, రక్షణ శాఖలో చేసినా, తంతి తపాలా శాఖలో చేసినా, కార్మిక మంత్రిగా చేసినా, రైల్వే శాఖ మంత్రిగా చేసినా ప్రతి శాఖలోను ఆయన విజయాలు సాధిస్తూ ఉండేవాడు. ఆహార, వ్యవసాయ శాఖ మంత్రిగా buffer stocksను పెంచి, ఏ కరువు వస్తుందో రానివ్వండి చూద్దాం, దేశ ప్రజలు తిండికి అలమటించరు అని చెప్పెడివాడు. రక్షణ మంత్రిగా పాకిస్తాన్‌పై భారత సైన్యాన్ని నడిపి బంగ్లాదేశ్‌కు స్వాతంత్ర్యసిద్ధిలో బంగ్లాబంధు ముజిబూర్ రెహమాన్, ఇందిరా గాంధీలతో పాటు స్వతంత్ర్య బంగ్లాదేశ్‌ను ఏర్పరచి చరిత్రలో నిలచిపోయాడు. తను ఏ శాఖకు మంత్రిగా ఉన్నను ఆ శాఖలో ఉన్న ఉద్యోగాలలో దళితుల కోటాను తప్పని సరిగా నింపేవాడని Dr. C. Subramaniam చమత్కరిస్తూ ఉండేవాడు. అభ్యాగతులైన ఎందరో దళితులు దేశం నలుమూలల నుండి వచ్చెడివారు. బాబుజీది golden hand. ఆయన చేయి తగలగానే వీరికి బంగారు భవిష్యత్తు లభించేది. ప్రజాస్వామ్యంలో 'మహారాజ్' వలె వెలిగి పారిశ్రామిక వేత్తలచేత, పార్టీ అనుయాయుల చేత, ప్రతిపక్షం వాళ్ళచేత ''బాబూజీ మహరాజ్'' గా పాదాభివందనాలు పొందడం పూర్వకాలంలో మహారాజులకు, మహర్షులకు

మాత్రమే చెల్లింది. సీనియర్ జాతీయనేత అయిన తనకు కేవలం దళితుడన్న కారణంగా ప్రధానమంత్రి పదవిని నిరాకరించిన ఈ దేశ నాయకులకు బుద్ధి చెప్పుటకా అన్నట్లు ఆయన రాష్ట్రపతి పదవిని నిరాకరించాడు. ఇలాంటి ఉదాత్తత, పట్టుదల, కార్యదీక్ష ఈ దేశపు యువకులు ముఖ్యంగా దళిత యువకులు మరీ ముఖ్యంగా మాదిగ యువతీ యువకులు నేర్చుకొనవలసి ఉంది. ఎందుకనగా మంత్రివర్యునిగా పాతికేండ్ల సుదీర్ఘ చరిత్రలో ఎట్టి scam లలోను, అవినీతి కార్యకలాపములలోను ఆయన పేరులేదు. ఈ దేశానికి రాష్ట్రపతి లేక ప్రధానమంత్రి కాలేక పోయినా జాంబువ ద్వీపానికి ఆయన ''మకుటంలేని మహారాజే''.

ఈనాడు ఆయన స్ఫూర్తితోనే పంజాబు నుండి కాన్షీరాం, ఉత్తర ప్రదేశ్ నుండి కుమారి మాయావతి, శ్రీ బి.పి. మౌర్య, ఆంధ్రప్రదేశ్ నుండి బంగారు లక్ష్మణ్, మహారాష్ట్ర నుండి సుశీల కుమార్ షిండే మొదలగు చమార్ నాయకులు జాతీయ స్థాయి నాయకులుగా వివిధ రాజకీయ పార్టీలలో వెలుగొందుచున్నారు. తెలుగునాట బాబుజీ మహరాజ్ స్ఫూర్తితో మాదిగ యువతీ యువకులు జాతి రత్నాలుగా వెలుగొందుటకు ప్రయత్నించెదరు గాక !

గాంధీజీని 'బాపూజీ'గను, నెహ్రూను 'చాచా'గను, సుభాస్ బాబును 'నేతాజీ'గను గుర్తించిన ఈ దేశం బాబు జగజీవన్‌రామ్‌ను 'మహరాజ్'గా గుర్తించింది. ఈ విధంగా ఆయన జాంబువ ద్వీపాన్ని పాలించిన మహరాజుల కోవలో చేరిపోయాడు.

తెలుగునాటను, ఉత్తర దేశంలోను, దక్షిణా పథమందును రాజకీయ, సాంఘిక, భక్తి ఉద్యమాల గురించి, అటులనే మాదిగ జాతి వైతాళికుడైన జాషువాను గూర్చి, హరిజన నాయకుడుగా మొదలై జాతీయ నాయకుడుగా వెలుగొందిన జగజీవన్‌రామ్ గురించి తెలుసుకున్నాము. అంటరాని తనంపై పోరాటం, కుల వ్యతిరేకతపై పోరాటం కలగలసి హరిజనోద్ధరణ ఉద్యమంగా నడచినది. ఈ ఉద్యమాలు అనతి కాలంలోనే దళిత ఉద్యమాలుగా రూపుదిద్దుకున్నాయి. హరిజన పదం మాసిపోయి దళిత పదం వచ్చింది? కుల వివక్షత నెదిరించి వచ్చే సాహిత్యాన్నే దళిత సాహిత్య మన్నారా? దళిత సాహిత్య ప్రభావం ఎట్టిది? అనే విషయాలను తరువాత అధ్యాయంలో తెలుసుకుందాం.

దళిత సాహిత్యం

గత శతాబ్దారంభము నుండి వచ్చిన సాహిత్యంలో నిమ్న జాతులు, అంటరాని వారు, హరిజనులు అని పిలువబడిన వారి అభివృద్ధికై వచ్చిన సాహిత్యాన్ని అంబేద్కర్, జాషువా, హేతువాద సాహిత్యం మొదలుకుని, కమ్యునిస్టు సాహిత్యం, ఏ విధంగా మాదిగల అభివృద్ధికి తోడ్పడింది, హరిజనోద్ధరణ సాహిత్యం ఈనాటికి దళిత సాహిత్యంగా ఎలా రూపుదిద్దుకున్నదో ఇప్పుడు పరిశీలిద్దాం.

అంబేద్కర్ సాహిత్యం :

బాబా సాహెబ్ రచనలు 'The annihilation of caste' మొదలుకుని ఈనాటి వరకు గల అద్భుతమైన సాహిత్యం. అగ్రవర్ణాల గుప్పెట్లో ఉన్న హిందూ సమాజాన్ని, అంటరానితనములో ఉన్న దమన నీతిని తూర్పారబట్టాయి. అంబేద్కరు సాహిత్యం తెలుగులోకి అనువదింపబడి ఆనాటి తెలుగు నాట హరిజనోద్యమమునకు కొత్త బాటలు వేసింది. అంబేద్కరు సాహిత్యాన్ని తెలుగులో అనువదించిన వారిలో ముఖ్యుడు బోయి భీమన్న. సాహిత్యం ద్వారా విప్లవాన్ని తీసుకొని వచ్చుటకు ఈ రచనలు, జాషువా 'గబ్బిలం', బోయి భీమన్న 'పాలేరు', యండ్లూరి 'అంబేద్కర్ జీవిత చరిత్ర' ఎంతగానో దోహదపడ్డాయి. సాహితీ ప్రక్రియ ద్వారా సామాజిక విప్లవానికి పునాదులు వేస్తూ అంబేద్కరు సాహిత్యం నిమ్న జాతులలో రాజకీయ, సాంఘిక పరమైన అంశాలను నూతన దృక్పథంతో పరిశీలించుటకు ఆస్కారమైనది.

హేతువాద సాహిత్యం :

గత శతాబ్దారంభములో హేతువాదపు గాలులు దక్షిణ దేశంలో విపరీతంగా వీచి సమాజంలో గల దుష్టాచారాలు, ఛాందసాలు మొదలగు వాటిని కూకటివేళ్ళతో పెకలించాయి. ఈ సాహిత్యంలో ముఖ్యంగా పెరియార్ రామస్వామి 'రామాయణం', త్రిపురనేని రామస్వామి 'సూతపురాణం', తాపీ ధర్మారావు 'దేవాలయాలపై బొమ్మలెందుకు?' మొదలగు రచనలు బ్రాహ్మణాధిక్యాన్ని నిరసిస్తూ కులతత్వం మీద పోరాటం సాగిస్తూ, నిమ్న జాతులకు, శూద్రులకు ఎంతగానో ఉపయోగపడ్డాయి. ఈ సాహిత్యం వలన ప్రభావితులైన ఈడిగలు (గౌడలు) అను అతిశూద్రులు ఉద్యమించి అంటరాని తనాన్నుండి బయట పడ్డారు. ఇతర శూద్రులు, అతి శూద్రులు అంటరాని

తనం రూపుమాపుటకు నిమ్న జాతులను కూడా కలుపుకుని పని చేశారు. హేతువాత సాహిత్యం మతం యొక్క పట్టు నుండి సమాజాన్ని దూరం చేయలేక పోయినా శూద్రులలో ఆత్మ గౌరవ ఉద్యమాలుగా నిమ్న జాతులలో అస్పృశ్యతని ధిక్కరించుటకు ఉపయోగపడే ఉద్యమాలుగా రూపు దిద్దుకున్నవి.

రాడికల్ కమ్యునిస్టు సాహిత్యం :

కమ్యునిస్టు ఉద్యమం ప్రారంభమైన దశలో సోవియట్ రష్యా నుండి మార్కిస్టు సాహిత్యం విపరీతంగా తెలుగునాట దిగుమతి అయినది. మార్క్స్, ఎంగెల్స్, లెనిన్ ఆదిగా గల కమ్యునిజం నిర్మాతల రచనలతో పాటు సోవియట్ రష్యా, చైనాల్లోని ప్రముఖ కమ్మునిస్టు నాయకుల రచనలు వాటి తర్జుమాలు తెలుగునాట యువకులందరికీ అందుబాటులోనికి వచ్చాయి. మార్క్స్ 'దస్ కాపిటల్', గోర్కి 'మదర్', లెనిన్ సాహిత్యాలు ఆనాటి జమిందారీ వ్యవస్థను, భూస్వామ్య వ్యవస్థను ఎదుర్కొనడానికి ఆధార భూతమైనది. తెలంగాణాలోను, అప్పటి ఉమ్మడి మద్రాసు రాష్ట్రములోనున్న కోస్తా ఆంధ్రలోను ఈ సాహిత్యం అందుబాటులోకి రాని విద్యావంతులు లేరని చెప్పుటలో అతిశయోక్తి లేదు. కమ్యూనిస్టు సాహిత్యం రైతు ఉద్యమాలకు, భూమి పోరాటాలకు, దున్నేవాడికే భూమి నినాదాలకు, సమతాభావనలకు ఊతం ఇచ్చింది. నిమ్న జాతులు ఈ సాహిత్యానికి తద్వారా వచ్చిన ఉద్యమాలకు విపరీతంగా ఆకర్షితులైనారు. కారణం వారు నిరుపేదలు కావడమే. పేదరికం - అంటరానితనం పోతుందని, ధనిక వాద భూస్వామ్య వ్యవస్థ అంతరించి పోతుందని నిమ్నజాతులు ఈ ఉద్యమాలలో చేరి పోయారు. ఈ కమ్యునిస్టు ఉద్యమాల ఫలితంగా జమిందారీ వ్యవస్థ రద్దయి అప్పటివరకు కౌలుదారుగా ఉన్న శూద్ర రైతులకు భూములు స్వంతమైయున్నవి. వారే ఈనాటికీ చిన్న జమిందారులుగా వ్యవహరిస్తూ ఫ్యూడల్ వ్యవస్థను కొనసాగిస్తూ ఉంటే ఈనాటికీ నిమ్నజాతులు అలా చూస్తూ ఉండి పోవలసి వచ్చింది. ఆనాడు లాంతర్లు పెట్టి అంటరాని వారి వాడలలో రాత్రి పాఠశాలలు నడిపి కమ్యునిస్టు సాహిత్యం, కమ్యునిస్టు పాటలు, కమ్యునిస్టు బుర్ర కథలు మొదలుగునవి నిమ్న జాతులకు నేర్పుతూ ఐక్య పోరాటానికి పిలుపు ఇచ్చిన కామ్రేడ్లు నేడు కమ్మ + రెడ్లుగా మారి నిమ్నజాతులను అణగదొక్కడం, వారిపై దాడులు చేయడం కడు శోచనీయమైన విషయం.

దళిత సాహిత్యం :

సమాజంలో వచ్చే మార్పును బట్టి కాలానుగుణంగా అంటరానివారు; హరిజనులు, నిమ్న జాతులు అనే పదాలు వాడకం అంతరిస్తూ, తాడిత, పీడితులందరికి గుర్తుగా దళిత అనే పదం రూపు దిద్దుకుంది. అందువలన పైన చెప్పిన అంబేద్కరు సాహిత్యం మొదలుకొని తాడిత, పీడిత, అస్పృశ్య కులాల అభివృద్ధికై పాటుపడే సాహిత్యాన్ని దళిత సాహిత్యం అంటున్నారు. దళిత సాహిత్యం అనే పేరు ఇప్పుడు దళితుల కోసం, దళితులచే

రాయబడే సాహిత్యము అంటున్నారు. ముఖ్యంగా గద్దరు తదనంతరం వాడుకలోకి వచ్చింది. దళిత సాహిత్యం అనే పేరును ఎక్కువ వాడుకలోకి తెచ్చినవారు తారకం, కత్తి పద్మారావు. దళిత సాహిత్యం ఈనాడు సాహితీ ఉద్యమంగాను, సంగీత ఉద్యమం గాను, కుల నిర్మూలనకు, భూమి కోసం పోరాటానికి రూపు దిద్దుకున్నాయి.

దళితుల కోసం వచ్చిన సాహిత్యాన్నంతా ఒకటిగా చూసినా ఈ సాహిత్యానికి కృషి చేసినవారు దళితేతరులు ఉన్నారు, దళితులు ఉన్నారు. దళిత సాహిత్యంలో దళితులపై తెలుగు సమాజం పై ప్రభావం చూపిన తెలుగువారి రచనల్లో ముఖ్యమైనవి ఇక్కడ ప్రస్తావిద్దాము.

గుర్రం జాషువా	- గబ్బిలం
బోయి భీమన్న	- పాలేరు
ఉన్నవ	- మాలపల్లి
యెండ్లూరి	- అంబేద్కరు జీవిత చరిత్ర
కొలకలూరి	- అనాధ
ఎన్.ఆర్.నంది	- నైమిశారణ్యము
మెదుకూరి జాన్సన్	- నిచ్చెనమెట్లు
ముప్పాళ	- బలిపీఠం
అత్తోట రత్నం	- హరిజనాభ్యుదయం
తారకం	- నదిపుట్టిన గొంతుక
పి.జె. ఆనంద్	- దళిత జ్యోతి
కత్తి పద్మారావు	- కులం పునాదులు
పాటిబండ్ల ఆనందరావు	- నిషిద్ధాక్షరి
కంచె ఐలయ్య	- నేను హిందువు నెట్లయిత
ఎండ్లూరి సుధాకర్	- మాదిగ కతలు
నూతక్కి అబ్రహాం	- మత్కుణం
నాగప్ప సుందరరాజు	- మాదిగ కథలు
కుసుమ ధర్మన్న	- మా కొద్దీ నల్లదొరతనం
యస్.టి. జ్ఞానానందకవి	- హరిజనులు అంటరానివాళ్ళా
బి.యస్.రాములు	- పాలు
బోయ జంగయ్య	- జగడం
మద్దూరి నగేష్ బాబు	- వెలివాడ
గూడ అంజయ్య	- పల్లె నీదిరా

ఇవిగాక దళిత సాహిత్యం ఎంతో ఉంది. యువకవులు, యువ రచయితలు ఎందరో విస్తృతంగా దళిత సాహిత్యాన్ని సృష్టిస్తున్నారు. దళిత సాహిత్యాన్ని ఎక్కువగా ఉత్పత్తి చేసిన కుటుంబము బోయి భీమన్న గారిది. అదే విధంగా కత్తి పద్మారావు తన ఉద్రేకమైన ఆలోచనా విధానాలతో అమోఘమైన దళిత సాహిత్యాన్ని సృష్టించాడు. ఇలా ఈ విధంగా కొద్దిమంది కవులు, రచయితలు మాత్రమే దళితుల కోసం, వారి అభ్యున్నతికోసం అనేక పుస్తకాలు ప్రచురించి దళిత సాహిత్యాన్ని విస్తృతపరిచారు.

సంగీత ఉద్యమకారులు:

దళిత సాహిత్యంలో అతి ముఖ్యమైన ప్రక్రియ సంగీత సాహిత్యం. ఈ ప్రక్రియను చేపట్టి సంగీత సాహిత్యం ద్వారా దళితులలో పునరుజ్జీవనం కలిగించుటకు ప్రయత్నించినవారు స్వాతంత్ర్యానికి పూర్వం ప్రజా నాట్య మండలి మొదలగు అభ్యుదయ సంఘాలున్నా, స్వాతంత్ర్యానంతరం తెలంగాణా ఒగ్గు కథ బాణీలో (Ballads) దళిత సంగీత సాహితీ ఉద్యమాన్ని ప్రాచుర్యములోనికి తెచ్చినది గద్దర్. గద్దర్ సాహిత్యం ఉత్తేజ పూరితంగా ఉంటూ, Nativityతో ఉంటూ, పల్లెపట్టుల భాషలోనే, కొండొకచో వారి యాసలోనే పాడి చుట్టూ ఉన్న దళితులను ఉద్రేకపరుస్తూ, చుట్టూ ఉన్న చీకటిని, దౌర్జన్యాన్ని, బాధాకర దురాగతాలను చీల్చి చెండాడుతూ దళితులను కార్యోన్ముఖులను కావిస్తాడు. గద్దర్ Instant poetry చెబుతాడు. తెలుగు సాహిత్యంలో ప్రజా కవులుగా సాహితీవేత్తలు లెక్కించేది పోతన, వేమన, త్యాగయ్య, తిరుపతి వేంకట కవులు. శ్రీశ్రీ, కాళోజి, సినారె, జాషువాలు కూడ ప్రజా కవులుగా కీర్తిగాంచారు. ఆ కోవలోనే వస్తాడు గద్దర్. గద్దర్ సాహిత్యంలో ''ఊరు నీదిరా, పల్లెనీదిరా'' అని ఎలుగెత్తి తమ ఉనికిని తెలుపుతూ బానిస బ్రతుకు నుండి బయట పడమని ఉద్బోధిస్తాడు. గద్దర్ సాహిత్యం దళితులకు మేలుకొలుపు గీతాలుగా దళిత వాడలలో మారుమ్రోగాయి. ఇదే కోవలో సంగీత ఉద్యమకారుడుగా గద్దర్ బాణీని, మాస్టరైజ్ చేస్తూ వచ్చినవాడు ''మాస్టర్‌జీ''. మాస్టర్‌జీ దళిత ఉద్యమ సభలలోను, బహుజన ఉద్యమ సభలలోను విరివిగా పాల్గొని తన సంగీత సాహిత్యాలతో సభికులను ఉత్తేజపరచినాడు. అదే విధంగా సాంఘిక సంక్షేమ శాఖలో పనిచేస్తూ దళిత ఉద్యమానికి, అస్పృశ్యతా నివారణకు కృషి చేస్తూ మాధ్యమం (media) ద్వారా దళిత సంగీతమును సమాజ వికాసానికి ఉపయోగపడేటట్లు చేసిన గాయకుడు వి. బండారు. ఈ సంగీత ఉద్యమకారులు దళితుల చైతన్యానికి విశేషంగా కృషి సల్పుతున్నారు. సంగీత ఉద్యమకారులలో ఉన్న ప్రత్యేకత ఏమంటే నిరక్షరాస్యులను సహితం చైతన్యవంతులను చేస్తూ, తద్వారా అంబేద్కరు సాహిత్యాన్ని, దళిత సాహిత్యాన్ని చదివి ఉపయోగించుకోలేని దళితులలో అధికశాతం ప్రజలకు అంబేద్కరు బోధనలు రైతు కూలీల కడగండ్లు, అస్పృశ్యుల అగచాట్లు మొదలైన విషయాలను జనంలోకి తీసుకు పోతారు. దాని ప్రభావం దళితుల చైతన్యం మీద అధికంగానే ఉన్నట్లు మనం గమనించ వచ్చును.

ఇప్పుడు మనం దళిత ఉద్యమాలను గురించి తెలుసుకుందాము. దళిత ఉద్యమాలు, వికాస ఉద్యమాలా? ఆత్మ రక్షణ ఉద్యమాలా? దళిత ఉద్యమాలకు, భూస్వామ్య వ్యవస్థకు కార్యకారక సంబంధమున్నదా? కేవలం దళితుల పైనే దౌర్జన్యాలు ఎందుకు సాగుతున్నాయి? మొదలైన విషయాలను ఇప్పుడు తెలుసుకుందాము.

దళిత ఉద్యమాలు

స్వాతంత్ర్యానికి పూర్వం వచ్చిన హేతువాద ఉద్యమాలు హరిజనోద్ధరణ, రాడికల్ ఉద్యమాలు మొదలైన వాటి స్వభావం వేరు. అవి అస్పృశ్యుల అభివృద్ధి కోసం, విముక్తి కోసం వచ్చిన ఉద్యమాలు, స్వాతంత్ర్యానంతరం వచ్చిన ఉద్యమాలు రెండు విధములు. మొదటి కోవలో అంబేద్కరు ఉద్యమాలు, అరుంధతీయ ఉద్యమం, బంధు సేవా మండలి మొదలైన పురోగమన కారక ఉద్యమాలను పేర్కొనవచ్చును. రెండవ కోవలో అగ్రవర్ణాలు, భూస్వామ్య వ్యవస్థ జరిపిన దాడులను ఎదుర్కొనుటకు దళితులు జరిపిన ప్రతిఘటనోద్యమాలు, వీటినే ఆత్మరక్షణ ఉద్యమాలుగా పేర్కొనవచ్చును.

అభ్యుదయకారక ఉద్యమాలు:

వీటిలో ముఖ్యమైనవి అంబేద్కరు సంఘాలు. అంబేద్కరు సంఘాలకు పుట్టినిల్లు లాంటిది తూర్పు గోదావరి జిల్లా. అంబేద్కరు సంఘాలు రాష్ట్రమంతటా, వాడ వాడలా స్థాపించబడి కేవలం అంటరాని తనంపై పోరాటానికే కాక రాజ్యాంగ చట్టంలో దళితులకు ఒనకూడిన రాజకీయ, ఉద్యోగ రిజర్వేషన్లను ఎలా వినియోగించుకోవాలి, రాజ్యాంగం ద్వారా సంక్రమించిన హక్కులను ఎలా పరిరక్షించుకోవాలి అనే వాటి మీదే దృష్టి సల్పి రాజకీయాలలోకి, ఉద్యోగాలలోకి దళితులు ప్రవేశించడానికి మార్గదర్శికాలైనవి. బాబా సాహెబ్ అంబేద్కర్ రాజ్యాంగ చట్ట నిర్మాత కావడం, దళితులలో రాజకీయ చైతన్యం కలగడం, universal franchise రావడం మొదలగు అంశాలు, వివిధ రాజకీయ పార్టీలకు, వారికి దళితులతో గల అవసరాన్ని గుర్తు చేశాయి. దీనితో అంబేద్కరు సంఘాలను రాజకీయ వేత్తలే ప్రోత్సహించడం ప్రారంభించారు. అంబేద్కరు సంఘాలకు ఊతంగా నిలబడటం, వారు జరిపే జన్మదినాలలో పాల్గొనడం, ఆ సంఘాల ద్వారా దళితుల అభివృద్ధికి చేయూత నందించటం, రాజకీయ వేత్తలకు వారి కార్యకలాపాలలో ఒక భాగం అయినది. ఈ ఉద్యమాల ఫలితంగా ఎందరో రాజకీయ నాయకులు ప్రజాప్రతినిధులు, civil servants దళితుల నుండి ముఖ్యంగా మాల వారి నుండి రావడం మొదలైనది. దీని వలన అంబేద్కరు సంఘాల ఉద్యమం కేవలం మాలల ఉద్యమంగానే తెలుగునాట ప్రాచుర్యం పొంది అంబేద్కరైట్ అనగా మాల అనే విపరీతార్థం కూడా పుట్టుకొచ్చింది.

అరుంధతీయ సంఘాలు, బంధుసేవా మండలి, బాబు జగజీవన్‌రామ్ సంఘాలు మాదిగ వారికి సంబంధించినవి. అంబేద్కర్ సంఘాలవలె బాబు జగజీవన్‌రామ్ సంఘాలు విస్తృతంగా వ్యాపించకపోయినా, అరుంధతీయ సంఘాలు తెలంగాణాలో, అరుంధతీయ సేవా మండలి హైదరాబాదు cityలోను, అంబేద్కరిజమ్ ద్వారా మాదిగవారి అభ్యున్నతికి పాటుపడుతూ వచ్చాయి. అంబేద్కరు సంఘాలలో నాయకత్వానికి కొదువలేదు. ఎందరో నాయకులు ఈ సంఘాలద్వారా వచ్చారు. తిరిగి ఆ సంఘ అభ్యుదయానికి పాటు పడ్డారు. అరుంధతీయ సంఘాలలో నాయకత్వ లోపం కొట్టొచ్చినట్లు కన్పిస్తూ ఉండేది. పైగా ఈ సంఘాలు ప్రాంతీయ భేదాలకు లోనైంది. అంబేద్కర్ ఉద్యమాలకు శ్రీ జె.బి. రాజు, శ్రీ నాగయ్య, శ్రీ తిరుపతి, శ్రీ ప్రేమ్ కుమార్, శ్రీ బొజ్జా తారకం వంటి అనేక మంది నాయకులు విశేషంగా కృషి చేస్తే అరుంధతీయ సంఘాలకు డా॥ టి.వి. నారాయణ, శ్రీమతి సదాలక్ష్మి, బంధుసేవా మండలి వారు పరిమిత నాయకత్వంతో మాత్రమే పని చేశారు.

ఆత్మరక్షణ ఉద్యమాలు:

ఇవి దళితులపై భూస్వాములు జరిపిన దాడులకు వ్యతిరేకంగా వచ్చినవి ప్రతిఘటన ఉద్యమాలు. కంచికచర్ల పదిరికుప్పం వంటి దౌర్జన్యకాండలు దళితులపై సాగినప్పుడు మానవ హక్కుల సంఘాలు వాటికి వ్యతిరేకంగా పోరాడాయికానీ, అవి ఉద్యమాలుగా రూపుదిద్దుకోలేదు. దళితులపై భూస్వాముల దౌర్జన్యాలు ఎప్పుడూ ఏదో ఒక మూల జరుగుతున్నప్పటికీ కొన్ని వెలుగులోకి వస్తాయి, కొన్ని వెలుగులోకి రావు. అయితే దళితులపై అమానుష మారణకాండగా పేర్కొనదగినది 1985లో జరిగిన 'కారంచేడు' మాదిగల ఊచకోత, ఈ సంఘటన తెలుగునాట అప్పటివరకు భూస్వాములు, రైతు కూలీల మధ్య నెలకొనియున్న సుహృద్భావాన్ని తుడిచిపెట్టింది. స్వాతంత్ర్యానంతరం తెలుగునాట జరిగిన మరికొన్ని ఊచకోత కార్యక్రమాల్లో 1987లో జరిగిన 'నీరుకొండ' మాలలపై దాడి. ఆ తరువాత 1991లో 'చుండూరు' మాలలపై మారణకాండ. ఈ సంఘటనలు తెలుగునాట దళితులలో insecurity భావాన్ని వ్యాపింపచేశాయి. భూస్వామ్య వాదులు, దళితులు తిరిగి ఒకటి కాలేనంత దూరంగా రెండు శత్రు శిబిరాలుగా విడిపోయాయి. ఆ విధంగా కారంచేడు నుండి, నీరుకొండ మరియు చుండూరు సంఘటనలు దళితులలో ప్రతిఘటనోద్యమంగా మారి దళిత జనరక్షణ కోసం విశేషంగా కృషి చేశాయి. ఈ ఉద్యమాలన్నింటికి కత్తి పద్మారావు న్యాయకత్వం వహించారు. సిర్రా భగత్‌సింగ్, తేళ్ళ జడ్సన్, శ్రీమతి సువార్త సహకాంతో దళితులందరిని సంఘటిత పరచి భూస్వామ్య వాదులపైన, హంతకులపైన న్యాయపరమైన పోరాటం సల్పుటయేగాక బాధితులకు రక్షణ

కల్పించడంలోను, వారికి పునరావాసం కల్పించడంలోను, కొన్ని వేల మంది కార్యకర్తలను తయారు చేసి వారిని ఉద్యమకారులుగా తయారు చేయుటలోను కత్తి పద్మారావు పాత్ర ప్రశంసనీయము. ఈ ఉద్యమాల వలన మాల మాదిగలలో కూడా ఐక్యతాభావం ఎక్కువగా పెరిగినది. ఆత్మరక్షణ ఉద్యమాలన్నీ జడవలే పెనవేసుకునిపోయి శ్రీ కాన్షీరాం ప్రారంభించిన బహుజనోద్యమంగా మారిన పరిస్థితి వచ్చింది.

శ్రీ కాన్షీరాం బహుజనులకు రాజస్థాన్‌లో ఇచ్చిన సందేశం:

''ఉత్తర ప్రదేశ్‌లోని చమార్ల లాగా రాజస్థాన్‌లోని చమార్లు కూడ సంఘటితం అవుతారని పూర్తి విశ్వాసం నాకుంది. అందుకొరకే నేను చమార్లను సంఘటితం చేయుటానికి ప్రయత్నిస్తున్నాను. సాధ్యమయినంత మేరకు ఉత్తర్‌ప్రదేశ్‌లో బహుజన సమాజానికి చెందిన ప్రజలను సంఘటితం చేసాను. మా సంఘటిత శక్తిని చూసి, బి.జె.పి., కాంగ్రెస్ పార్టీలు వణికిపోతున్నాయి. మీకు రిజర్వుడ్ సీట్లు ఉన్నాయి. మీరు సంఘటితం కావాల్సిన అవసరం ఏముందని ఎస్‌సి లను కాంగ్రెస్, బి.జె.పిలకు చెందిన నాయకులు అడుగుతున్నారు''

మిత్రులారా! మేము బహుజన సమాజాన్ని నిర్మించే పనిని వేగవంతం చేసాము. 1993లో జరిగిన ఎన్నికల్లో బహుజన సమాజంలో భాగమైన తక్కువ ఓట్లున్న, బాగా వెనుకబడిన వర్గాలకు (ఎమ్‌బిసి) చెందిన 32 మంది వ్యక్తులకు టికెట్లు ఇవ్వడం జరిగింది. అందులో 11 మంది విజయం. 1995లో మాయావతి ముఖ్యమంత్రిగా మంత్రి వర్గాన్ని ఏర్పాటు చేస్తే అందులో గెలిచిన 11 మందికి మంత్రి పదవులిచ్చాము.

నేను 1988 అలహాబాద్ ఉప ఎన్నికల్లో పోటి చేసినప్పుడు బాగా వెనుకబడిన తరగతులకు చెందిన సోదరులు నా వద్దకు వచ్చి, 'మేము 55 కులాలుగా విభజింపబడి ఉన్నాము. ఈ 55 కులాల వారు ఎన్నడు కూడా అసెంబ్లీ ముఖం చూడలేదు (ఎన్నికల్లో పోటీ చేయలేదు) అని విన్నవించుకున్నారు. మిత్రులారా! మేము బహుజన సమాజాన్ని నిర్మించి ఎన్నడూ అసెంబ్లీ ముఖం చూడని బాగా వెనుకబడిన కులాలకు చెందిన సోదరులను అసెంబ్లీకి పంపడమే కాక మంత్రులను కూడా చేశాము. 1999లో లోక్‌సభ ఎన్నికలు జరిగితే బాగా వెనుకబడిన వర్గాలకు చెందిన ఇద్దరు పార్లమెంటుకు ఎన్నికైనారు. మిత్రులారా మీకు చెప్పేది ఒక్కటే మీరు సంఘటితం కండి! బహుజన సమాజాన్ని నిర్మించండి. వెనుకబడిన జాతులారా! మీకున్న ఓట్లరీత్యా మీ స్వశక్తితో మీ కాళ్లమీద

పార్లమెంటుకు గాని, అసెంబ్లీకి గాని వెళ్లలేరు. అయితే ఎస్‌సిల సహకారంతో పార్లమెంటు, అసెంబ్లీలలో నమ్మకంగా పెద్ద ఎత్తున అడుగు పెట్టగలరు. మిమ్మల్ని మీరు మోసగించుకోకండి. మిమ్మల్ని మోసగించుకుంటూ పోతే మోసానికి గురౌతూనే ఉంటారు. మీరు వాస్తవాన్ని తెలుసుకోవటానికి ప్రయత్నించండి. వాస్తవాన్ని తెలుసుకొని, వాస్తవాన్ని గుర్తించి మీరు అసెంబ్లీకి, పార్లమెంటుకు వెళ్లడానికి ప్రయత్నించండి. నా విశ్వాసం ఏమంటే చాలకాలం పాటు అధికారంలో, పాలనా యంత్రాంగంలో భాగం పంచుకోకపోతే ఏ సమాజంలోని వారైనా చివరకు వారు బానిసలుగా మారుతారు.

ఉత్తర్‌ప్రదేశ్‌లో మేము మాయవతిని ముఖ్యమంత్రిగా చేశాము. షెడ్యూల్డు కులాలలో భాగమైన చమార్ కులానికి చెందిన ముగ్గురిని ఏ.డి.జి.పి. (అడిష్నల్ డైరెక్టర్ జర్నల్ ఆఫ్ పోలీసు), నల్గురిని ఐ.జి.పి. (ఇన్‌స్పెక్టర్ జర్నల్ ఆఫ్ పోలీస్)లుగా నియమించడం జరిగింది. 45 జిల్లాలలో కలెక్టర్లుగా, యస్.పిలుగా నియమించడం జరిగింది. గత 20 సం॥లుగా పట్టా సర్టిఫికేట్లు పేరు మీద కాగితాల మీద మాత్రమే పంపిణీ జరిగిన భూమిని ఆ పట్టాదారులకు కబ్జా ఇప్పించాల్నని ఆదేశాలివ్వడం జరిగింది. మా ప్రభుత్వము 180 రోజుల కోసం ఏర్పడితే, మా ప్రభుత్వ అధికారులు ఈ భూమిని పేదవారికి (పట్టాదారులకు) వందరోజుల్లోనే పూర్తి చేశారు. 20 సం॥రాల నుండి పెండింగ్‌లో ఉన్న పనిని వంద రోజులలో చేసి చూపించాము. మన ప్రభుత్వాన్ని మన శక్తితో ఏర్పాటు చేయడం మూలానే ఇది సాధ్యమయింది. అయితే మీరంతా బలమైన సమాజ నిర్మాణాన్ని చేపట్టడానికి ప్రయత్నించండి. అడుక్కోవడం మానేయండి! సాధించటానికి ప్రయత్నించండి!! మీ చేతులు అడుక్కోవడానికి గాక దానం ఇచ్చే దిశగా మార్పు చెందాలి''. బహుజన సమాజ్ నిర్మాణములో చిరంజీవి, నల్లా సూర్యప్రకాష్ అను మాదిగ యువకుల పాత్ర ప్రశంసనీయము.

ఆత్మరక్షణోద్యమం నుండి బహుజనోద్యమంగా దళిత ఉద్యమాలు మారాయా? కారంచేడు ఉద్యమంలో మాదిగ నాయకుల పాత్ర ఏమిటి? మాదిగలు తాము వెనుకబడి యున్నట్లు ఎట్లు తెలుసుకోగలిగారు? అరుంధతీయ ఉద్యమాలు అనే చిరుజల్లులు, దండోరా ఉద్యమం అనే జడి వానగా మారిందా? దండోరా ఉద్యమం యొక్క ముఖ్య ఆశయాలు ఏమిటి? వారు సాధించిన దేమిటి? మొదలైన అంశములను గూర్చి తరువాత అధ్యాయంలో చాటింపు వేద్దాం.

దండోరా ఉద్యమం

మాదిగ మాలల ఆహారపు అలవాట్లు, ఆర్థిక పరిస్థితులు ఒక్కటే. అయితే ఆత్మరక్షణ ఉద్యమాలలో మాలలతో కలసి పని చేసినప్పుడు మాదిగ వారు గమనించినది ఏమిటంటే, ఈ ఉద్యమాలన్నింటికి నాయకత్వం మాలలే వహిస్తున్నారని. మాదిగలలో నాయకత్వలేమి ఉందని, ఈ విధంగా వంధనపడిన మాదిగలకు ఇంకా లోతుగా వెళ్ళి పరిశీలిస్తే ప్రజాప్రతినిధులుగా, బ్యూరోక్రాట్లుగా, రాజకీయ నాయకులుగా Scheduled Caste లో అత్యధిక సంఖ్యాకులు మాదిగలైనా వారికి ప్రాతినిధ్యం మాత్రం చాలా స్వల్పముగా ఉంటున్నది. ఈ దిశలో ఆలోచించిన అరుంధతీయ సంఘం, బంధుసేవా మండలి మొదలైన సంస్థలు మాదిగల ప్రాతినిధ్యాన్ని పార్లమెంటు, అసెంబ్లీ, బ్యూరోక్రసీ, ఉద్యోగాల్లో పెంచటానికి ఉద్యమాలు చేపట్టాయి. మాదిగ సంఘాలు గమనించినది ఏమిటంటే దళితులలోనే ఈ విధంగా పైకి వచ్చిన మాలలు, మాదిగలను తిరస్కారంగా చూడటం, సమాజంలోని ఉన్నత వర్గాలు కూడా మాలలకే ఎక్కువ ప్రాపకం ఇస్తూ మాదిగలను తూల నాడటం, అదేమని అడిగితే మీకు చేతి వృత్తి ఉంది కదా అని ఎదురు ప్రశ్నించి ఇంకా అణగద్రొక్కడం, ఇవన్నీ కూడా మాదిగల ఆత్మాభిమానాన్ని దెబ్బతీశాయి.

అసలే పారిశ్రామికీకరణ తోను, బాటా (Bata) ఉత్పత్తుల వెల్లువతోను చేతివృత్తిని కోల్పోయి, రైతు కూలీలుగా, జీవనాధారంలేని జాతిగా మారిన మాదిగలకు ఈ నిరాదరణ గోరుచుట్టుపై రోకటి పోటైనది. ఉన్న కొద్దిమంది నాయకులు, మాదిగలలో 5 నుండి 10 శాతంలోపు మాత్రమే చర్మకార వృత్తిపై ఆధారపడిన వారికోసం Lidcap మొదలగు సంస్థలు పెట్టి ఆ కొద్దిమంది కోసం పాటుపడాలని చూడటం కూడా మిగిలిన 90% పైన ఉన్న మాదిగలకు శాపంగా పరిణమించింది. ఈ కారణాల వలన మాదిగలలో ఉమ్మడి కార్యాచరణ ప్రణాళికగా దండోరా ఉద్యమం ఆవిర్భవించింది. ఈ ఉద్యమం రూపొందుటకు గల కారణాలను ఈ క్రింది విధంగా విభజించవచ్చు.

1. దళితులపై దాడులు
2. నాయకత్వలోపం
3. బహుజన సమాజ్ పార్టీ ఆగమనం

4. ఆత్మ గౌరవానికై పోరు
5. నిరుద్యోగ సమస్య
6. ప్రజాప్రతినిధులలోను, బ్యూరోక్రసీలోను అతి తక్కువ వాటా.

ఆనాటికి కేంద్ర సర్వీసులలోను, రాష్ట్ర ప్రభుత్వ సర్వీసులలోను, రిక్రూట్‌మెంట్లలో మాలలకు 80% ఉద్యోగాలిస్తూ ఉంటే మాదిగలు కేవలం 20% ఉద్యోగాలతో కొట్టు మిట్టాడవలసి వచ్చింది. రాజకీయ పార్టీలు కూడా తమ ప్రతినిధులుగా మాలలకే ఎక్కువ సీట్లు కేటాయించడం జరిగేది. ఆంధ్రప్రదేశ్ అసెంబ్లీలో షె.కు. రిజర్వుడు సీట్లు 40కు పైగా ఉంటే పదిసీట్లలోపు మాత్రమే మాదిగ M.L.A. లు ఉండేవారు. ఆనాటికి ఉన్న ఆరు పార్లమెంటు రిజర్వుడు సీట్లలో 5 గురు మాల ప్రతినిధులుండేవారు. కేంద్ర, రాష్ట్ర మంత్రులలో కూడా అధిక భాగం మాలవారికే ఉండేది. బ్యూరోక్రసీ ప్రాతినిధ్యం లోను ఇదే గతి. ఉద్యోగస్తులలో అయితే మాదిగలు చాలా వెనుకబడియున్నారు. నిరుద్యోగుల సంఖ్య అయితే గణనీయంగా పెరుగుతూ, అట్టి యువకులను అతివాద ఉద్యమాలు తీవ్రంగా ఆకర్షించ సాగినాయి. ఈ వెనుకబాటు తనమే మాదిగలను సమాజంలో తన స్థానం ఏమిటో అనేది గుర్తించటానికి కారణభూతమైనది. ఇదే సమయంలో శ్రీ కాన్షీరాం బహుజన సమాజ పార్టీని ఆంధ్ర రాష్ట్రంలో ప్రారంభించుటకు సన్నద్ధమైనారు. బహుజనులందరినీ సంఘటితం చేస్తూ ''ఓటు మాది, సీటు మీది - నహీ చలేగీ, నహీ చలేగీ''! అనే నినాదంతో ప్రారంభమయిన ఉద్యమానికి మాలలను శ్రీ కాన్షీరాం నాయకులుగా తీసుకున్నాడు. ఉత్తర ప్రదేశ్‌లో చమార్లకు (మాదిగలు) బహుజన పార్టీలో న్యాయకత్వం ఇచ్చిన కాన్షీరాం రాకతో కనీసం ఇక్కడైనా తమకు నాయకత్వం దొరుకుతుందని ఆశపడిన మాదిగలు భంగపడ్డారు. అదేమిటని ప్రశ్నించినప్పుడు శ్రీ కాన్షీరాం ఇచ్చిన సమాధానం ''మాలలు చైతన్య వంతులు కనుక వారికే నాయకత్వం ఇస్తున్నాను, మీలో చైతన్యం లేదు'' అని. మాదిగలకు పుండు మీద కారం చల్లినట్లయినది. పై కారణాలన్నింటి వలన వారిలో ఆత్మగౌరవానికై పోరాటం మొదలయినది. మానవ హక్కుల కోసం, ఆత్మ గౌరవాన్ని కాపాడు కోపడం కోసం మహాకవి జాషువా ఇచ్చిన పిలుపును కొంచెము ఆలస్యంగానైనా మొత్తం మీద మాదిగలు అందుకున్నారు. మానవ హక్కుల పోరాట పరిరక్షణ దిశలో ఆత్మ రక్షణ నుండి, ఆత్మ గౌరవం కోసం మాదిగలలో వచ్చిన చైతన్యమే 'దండోరా ఉద్యమం'. ఈ ఉద్యమం 1994లో అస్థిత్వ గౌరవం, సమాన అవకాశాలు, సమానాభివృద్ధి అనే 'The most backward concept' నుండి వచ్చింది. దేశంలోని ఇతర ప్రాంతాలలోను ముఖ్యంగా బి.సి.లలో ఈ conceptతో ఉద్యమాలు ఉధృతంగా వచ్చాయి. తమిళనాడులో డా॥ రాందాస్ (PMK నాయకుడు) ఈ ఉద్యమాన్ని చక్కగా ఉపయోగించుకొన్నారు.

'The most backward concept" ను తమ ఉద్యమానికి ఊతంగా ఎంచుకున్న దండోరా ఉద్యమకారులు తమ ప్రతి సమస్యను statistics తో సహా ప్రభుత్వం ముందు ఉంచినది. షెడ్యూలు కులాల జనాభాలో 53% మాదిగలు వారి ఉపకులాలు ఉంటే, 45% మాలలు ఇతర ఉపకులాలు 2% ఉన్నాయి. అయితే రిజర్వు కేటగిరిగా షెడ్యూలు కులాలకు లభించే రాయితీలలో మాదిగలు వారి ఉపకులాల వాటా ఈ క్రింది విధంగా ఉందని దండోరా ఉద్యమకారులు కేంద్ర రాష్ట్ర ప్రభుత్వాల దృష్టికి తెలుగు సమాజం దృష్టికి తీసుకు రాగలిగారు.

అంశం	మాదిగ	మాల
చట్టసభలలో ప్రాతినిధ్యం	30%	70%
రిక్రూట్‌మెంట్లలో వాటా	20%	80%
ప్రొఫెషనల్ కోర్సులలో ప్రవేశం	20%	80%
మంత్రి మండలిలో వాటా	30%	70%
బ్యూరోక్రసీలో స్థానం	20%	80%
వి.సి.లు జడ్జిల పోస్టులలో	10%	90%
ఉద్యోగాలలో వాటా	30%	70%
పి.ఎస్.యు.లు, బ్యాంక్ ఉద్యోగాలు	25%	75%

పైవిధంగా లెక్కలు ఎత్తి చూపినపుడు నిరుద్యోగులలో అయితే మాదిగ యువత అత్యధికంగా కొట్టుమిట్టాడుతుందని తేటతెల్లమైనది. పైన పేర్కొన్న అంశాలను ఎత్తి చూపుతూ దళితులంటే మాలలే అన్న సమాజ దృక్పథానికి (బహుశా ఉన్నవ 'మాలపల్లి' గూడవల్లి రాంబ్రహ్మం 'మాలపిల్ల', స్థానిక కాంగ్రెస్ నాయకులు మాలలకు ఇచ్చిన ప్రాపకం సమాజంలో ఈ భావన కలిగించి ఉండవచ్చును) కళ్లు తెరిపిస్తూ అరుంధతీయ సంఘాలు శ్రీమతి టి.ఎన్.సదాలక్ష్మి, మంత్రి శ్రీకడియం శ్రీహరి, శ్రీమందా జగన్నాథం (ఎం.పి) శ్రీ ఎస్.వెంకటస్వామి, ఐ.ఏ.ఎస్ (ఎం.పి), శ్రీటి.వి.నారాయణగార్లు ప్రారంభించిన అరుంధతీయ, ఆది జాంబువ సంఘాల ఉద్యమాలు, దండోరా ఉద్యమంగా రూపు దిద్దుకున్నది. దాని నుండి వచ్చినదే (MRPS) మాదిగ రిజర్వేషన్ పోరాట సమితి.

ఈ దండోరా ఉద్యమాన్ని కృష్ణార్జునుల వలే ధర్మపోరాటానికి మాదిగ యువ కిశోరాలైన మందా కృష్ణ మాదిగ, పి.కృపాకర్ మాదిగ ముందు నిల్చారు. ఇంకను K.R.W. యేసుదాసు ఐ.ఏ.ఎస్., రోశయ్య ఐ.ఎ.ఎస్., బి.ప్రసాద రావు ఐ.పి.ఎస్., ఎ. భరత్‌భూషణ్ ఐ.ఆర్.టి.ఎస్., ఇస్మాయిల్ పుల్లన్న ఐపిఎస్, జి. ఆల్ఫ్రెడ్ ఐపిఎస్, ప్రొ॥ముత్తయ్య, గుండె డప్పు కనకయ్య, ఆనందబాబు, ప్రొ॥ కె. ఇనాక్, యల్. వందన్‌కుమార్, కొమ్మూరి కనకరావు, యవనశ్రీ, ఐ.మైసయ్యాలు మద్దతు పలికారు. దేవయ్య మాదిగ, జి.ఎలీషా, డి.ఎమ్. వరప్రసాద్, వి.

ప్రభాకర్ బాబు, టి. ప్రభాకర్ రావు, ఐ.ఆర్.టి.ఎస్., శ్రీ లాలయ్య, మేరీ మాదిగ, ఎమ్.ఎల్.ఎ.లు శ్రీ స్వామిదాస్, శ్రీ డేవిడ్ రాజు, ఎం.పి. డా॥ సుగుణ కుమారి, సినీ నిర్మాత ఎమ్.ఎల్.ఎ. శ్రీ వెంకట్రావు అనువారలు హైదరాబాదు కేంద్రంగాను, ఇంకెందరో మాదిగ యువతీ యువకులు జిల్లాల్లోను దండోరా ఉద్యమం కొనసాగించారు.

దండోరా ఉద్యమం - MRPS పోరాటం:

శ్రీ మందా కృష్ణ మాదిగ

ఈ ఉద్యమాలు ఎంత ఉధృతంగా సాగాయంటే ఆశయ సాధనకు అనంతపురం జిల్లాకు చెందిన నల్లబండ్ల రవి అను యువకుడు ఆత్మాహుతి చేసుకున్నాడు. ఇంకను పదిమంది యువకులు ప్రాణాలు కోల్పోయారు.

ఈ ఉద్యమాలకు కరీంనగర్ నుండి కోండ్రు శంకర్, మెదక్ నుండి శివరాం మాదిగ, గుర్రాల శ్రీనివాస్, వరంగల్ నుండి మందా కుమార్ మాదిగ, లక్ష్మణ్, బొట్ల బిక్షాపతి, నల్గొండ నుండి ఎ. శ్రీనివాస్, జి. ఎల్లయ్య, ఖమ్మం నుండి వెంకటేశ్వరరావు, నరసింహ, మార్తాషా, మహబూబ్‌నగర్ నుండి పరమేశ్వర్, సతీష్, బాలక్రిష్ణ, రంగారెడ్డి జిల్లా నుండి వి. నరసింహ, యమ్. శంకర్, నిజామాబాద్ నుండి భూమన్న, శంకర్, కృష్ణా జిల్లా నుండి కరుణశ్రీ, జి. లాజరస్, చిట్టిబాబు, మల్లికార్జున్, గోదావరి జిల్లాల నుండి కరుణాకర్, విజయరాం, జి. రవి కుమార్, కె. కనకారావు, నెల్లూరు నుండి జయరాం, రమణ, గుంటూరు నుండి ఎ.వై. ప్రభుదాస్ శాంతి కిరణ్, అడపా మోహన్, శశికుమార్, వైజాగ్ నుండి పి. ప్రకాశ్‌రావు, విజయనగరం నుండి అప్పారావు, జయరాజ్, అనంతపూర్ నుండి కె.యస్.బాబు, కర్నూలు నుండి ప్రకాశ్‌రావు, లక్ష్మణ్, కడప నుండి దండు వీరన్న, కులయప్ప, చిత్తూరు నుండి గోపి, బాబు ఇంకా ఎందరో యువతీ యువకులు ఈ ఉద్యమాల్లో చురుకుగా పాల్గొన్నారు.

మంత్రి శ్రీమతి కోండ్రు పుష్పలీల ఈ ఉద్యమాల నుండే వికసించిన యువతి. ఇంకను ఈ ఉద్యమంలో రాగోటి సత్యం మాదిగ, సుదర్శన్, ఐ. ఝాన్సీబాబు, నారాయణ, కోటయ్య, బి. వెంకటేశ్వరరావు, ప్రసాద్ బాబు, టి. ప్రభాకర్ బాబు టి. అశోక్‌కుమార్ మొదలగు వారు పాల్గొన్నారు. ఈ సమయంలో మాదిగ అభ్యుదయానికి కృషి సల్పిన వారిలో ప్రముఖ న్యాయవాది, అభినవ ఉన్నవ, మంచి అన్నది మాదిగ అయితే మాదిగనే నవుతానని చాటి చెప్పిన శ్రీ యస్. రామచంద్రరావు ముఖ్యుడు.

ఈ దండోరా ఉద్యమం ముఖ్య లక్ష్యాలు ఏమనగా:

1. మాదిగల ఐక్యత
2. రాష్ట్ర ప్రభుత్వ ఉద్యోగాలలో సమానవాటా, దీనినే ఎ.బి.సి.డి.కేటగిరైజేషన్ అందురు.

3. ఉన్నత పదవులలో మాదిగల నియామకం.

4. రాజకీయ పార్టీలు, చట్ట సభలలో మాదిగలకు అత్యధిక సీట్లు కేటాయించేలా పార్టీలపై వత్తిడి.

5. రాజకీయంగా మాదిగలు vote bank గా రూపొందడం.

6. Student స్కాలర్‌షిప్‌ల్లో మాదిగలకు తగినంత వాటా

7. S.C. Finance Corporation నుండి మాదిగలకు ఇతోధిక సహాయం.

పైన పేర్కొన్న ఎజెండాతో 1994 నుండి తెలుగునాట వాడ వాడలా దండోరా ఉద్యమం మారు మ్రోగింది. దండోరా ఉద్యమం సాధించినది ఒక్క మాటలో చెప్పాలంటే ''ఒక మందభాగ్యుడు మందా కృష్ణ మాదిగగా రూపొందడం.'' అదే విప్లవం. మాదిగలకు జరిగిన అన్యాయాన్ని ఎత్తి చూపుతూ అప్పటి పాత పాలకుల వివక్షణ దృష్టివల్ల మాదిగలు కోల్పోయిన అవకాశాలను ప్రజలకు తెలియజెప్పుతూ మాదిగల ఆత్మ రక్షణ, ఆత్మ గౌరవానికి యువతను పురిగొల్పుతూ తెలుగునాట దండోరా వేసింది ఈ ఉద్యమం. దీనితో ప్రభావితులైన మాదిగలు ఆత్మగౌరవంతో ఉత్తేజితులై తమ పేర్లకు ఒక రెడ్డి, ఒక బ్రాహ్మణుడు, ఒక యాదవుడు, ఒక క్షత్రియుడు ఏవిధంగా రెడ్డి, శాస్త్రి, యాదవ్, రాజు అని తమ కులాన్ని తెలుపుతూ గర్వంగా పేరు పెట్టుకుంటున్నారో ఆ విధంగా తమ పేర్లకు 'మాదిగ'ను చేర్చుకొనుట మొదలు పెట్టారు.

ఈ MRPS ఉద్యమధాటికి ప్రభుత్వము కూడా దిగి వచ్చి ఏక సభ్య కమీషను Justice P. Rama Chandra Raju గారిని మాదిగల demand అయిన వర్గీకరణ సబబో కాదో విచారణ జరుపుటకు నియమించినది. ఈ విషయాన్ని కూలంకషంగా పరిశీలించి కమీషన్ వారు అధిక సంఖ్యలో ఉన్న మాదిగలకు అన్యాయం జరిగినట్లును, వారి ప్రాతినిధ్యం అతి స్వల్పంగా ఉన్నట్లు తేల్చి చెప్పారు. దీని ఆధారంగా ప్రభుత్వం వారు రిజర్వేషన్లను హేతు బద్ధీకరిస్తూ షెడ్యూలు కులములలో లబ్ధిపొందిన వారిని, లబ్ధిపొందనివారిని విభజిస్తూ చట్టం తెచ్చింది. ఈ వర్గీకరణ ఈ క్రింది విధంగా ఉంది.

A Group: రెల్లి మొదలైన menial jobs చేయు అతిగా వెనుకబడిన కులాలు 1%
B Group: మాదిగ, వారికి సంబంధించిన ఇతర ఉపకులాలు 7%
C Group: మాల, వారికి సంబంధించిన ఉపకులాలు 6%
D Group: ఆది ఆంధ్ర, పంచమ తదితరులు 1%

(ఈ వర్గీకరణలో గమనించవలసినది ఏమిటంటే D గ్రూపులో మాల, మాదిగలు ఇద్దరూ ఉన్నారు. అదే విధంగా A గ్రూపులో ఉప జాతులూను)

పై విధంగా జనాభా ప్రాతిపాదికగా షెడ్యూలు కులములకున్న 15% రిజర్వేషన్లను A B C Dలుగా వర్గీకరించుట జరిగినది. ఆంధ్రప్రదేశ్ శాసనసభ ఏకగ్రీవంగా ఈ వర్గీకరణను ఆమోదించింది. మాదిగ ఉద్యమాలలో ఇది ఒక అపూర్వ సంఘటన. ఈ అవకాశములను వినియోగించుకుని మాదిగ యువతీ యువకులు తమ లక్ష్యములను సాధించుకొని అవకాశములను వినియోగించుకొని ముందడుగు వేయుదురు గాక!

దండోరా ఉద్యమం సాధించిన ఇతర విజయాలు: మాదిగలు ఒక సంఘటిత శక్తిగా మార్పు చెందుటకు ప్రయత్నించుట, ఆత్మ గౌరవానికై శ్రమించుట. రాజకీయ రంగములో కూడా విజయాలు సాధించుట. దండోరా ఉద్యమం ఫలితంగా ఈనాడు ఎక్కువమంది MPలు తమ వాటాకు తగినంత MLAలు లెక్కింపదగినంత మంత్రివర్యుల సంఖ్య అదేవిధంగా స్థానిక సంస్థలలోను తగినంత ప్రాతినిధ్యం లభించింది. అయితే క్యాటగిరైజేషను వ్యతిరేకిస్తూ వచ్చిన మాల మహానాడు వలన దళిత ఉద్యమాలు బలహీనపడ్డాయి. దళితులు, దళిత క్రైస్తవులు కలిపి రాష్ట్ర జనాభాలో 18% నుండి 19% వరకు ఉన్నారు. అదేవిధంగా షెడ్యూల్డు జాతులు 6% నుండి 7% వరకు ఉన్నారు. అంటే రాష్ట్ర జనాభాలో 25% నిమ్న జాతులే. వీరిలో 90% మంది B.P.L. Group అనగా దారిద్ర్య రేఖకు దిగువన ఉన్నవారు. నిరుపేదలు, నిర్భాగ్యులు, నిరుద్యోగులు, నిరక్షరాస్యులు అత్యధిక శాతంగా ఉన్న నిమ్నజాతులంతా కలిసి పేదరికం, రోగం, ఆకలి, అవమానం నుండి బయట పడుటకు ఉమ్మడి పోరాటం సల్పవలసిన ఆవశ్యకత ఉండగా, దళిత ఉద్యమాలు చీలికలు, పీలికలు కావడం వలన ప్రయోజనం ఎవరికి? అనేది పెద్ద ప్రశ్నగా మిగిలిపోతుంది. పై విషయాన్ని దృష్టిలో పెట్టుకుని నిమ్న జాతులలోని వివిధ కులాలు తమలోని అసమానతలను తొలగించుకొని, అవకాశాలను, వనరులను సమానంగా పంచుకొని, కలసి కట్టుగా ముందడుగు వేయుటకు ప్రయత్నిస్తారని ఆశిద్దాం.

దండోరా ఉద్యమం సాధించిన విజయాలను ఫలితాలను గూర్చి తెలుసుకున్నాం. దండోరా ఉద్యమంతోనే మాదిగలకు అభ్యుదయం వచ్చిందా? వారు main stream లో కలవడానికి ఏమి చేయాలి? వారి భవిష్యత్తు ఎజెండా ఎట్టిది? సాంఘిక, రాజకీయ, ఆర్థిక రంగాలలో మాదిగాభ్యుదయం కోసం వారు ఏ విధంగా కృషి చేయాలి, మొదలగు అభివృద్ధి కారక కార్యాచరణ ప్రణాళికకు తరువాత అధ్యాయంలో సూచనలిద్దాం.

జనాభా లెక్కలు

1981 రాష్ట్ర జనాభాలో SCలు	-	79,61,730
1991 రాష్ట్ర జనాభాలో SCలు	-	1,05,92,066
2001 రాష్ట్ర జనాభాలో SCలు	-	1,30,00,000 (అంచనా)

దళిత జనాభా 2001 (అంచనా)

రాష్ట్ర జనాభా	-	7.57· కోట్లు
దళిత, దళిత క్రైస్తవ జనాభా (SC., BC)	-	1.50 కోట్లు
గిరిజన, గిరిజన క్రైస్తవ జనాభా (ST)	-	0.50 కోట్లు
SC, ST, దళిత క్రైస్తవ జనాభా	-	2.00 కోట్లు

రాష్ట్ర SC జనాభాలో శాతం

SC జనాభా	-	1.30కోట్లు (అంచనా)
మాదిగ జనాభా	-	53%
మాల జనాభా	-	45%
రెల్లి జనాభా	-	2%

(ఆదిఆంధ్రులను మాదిగ, మాలలలో వారి జనాభాలో కలిపి చూపినది)

దళిత మహిళలకు అందని డ్వాక్రా ప్రయోజనాలు

వెలుగు సర్వే 2003

1. రాష్ట్రంలో ఉన్న డ్వాక్రా గ్రూపులు	-	4.6 లక్షలు
డ్వాక్రా సభ్యురాండ్ర సంఖ్య	-	67.0 లక్షలు
2. రాష్ట్రంలోని బి.పి.ఎల్. కుటుంబాలు	-	66.5 లక్షలు
వీరిలో నిరుపేద కుటుంబాలు	-	24.5 లక్షలు
మిగిలినవి పేద కుటుంబాలు	-	42.0 లక్షలు
3. బి.పి.ఎల్.కు ఎగువనున్న పేద కుటుంబాలు	-	61.2 లక్షలు
డ్వాక్రా గ్రూపుల్లో వీరి సభ్యత్వ శాతం		అత్యధికం
4. నిరుపేద కుటుంబాల్లో దళితుల శాతం	-	80% లక్షలు
అనగా సుమారుగా కుటుంబాలు	-	20.0 లక్షలు
డ్వాక్రాగ్రూపుల్లో వీరి సభ్యత్వం	-	నామమాత్రం

(BPL - Below poverty line - దారిద్య రేఖకు దిగువ)

- Curtesy ఈ నాడు 30.11.2003.

మాదిగ అభ్యుదయం

అభివృద్ధి అనగానే చప్పున స్ఫురించేది ఆర్థికాభివృద్ధి. అయితే ఒక సమాజం, ఒక జాతి, ఒక దేశం అభివృద్ధి చెందాలంటే వాటి స్వరూపంలో, అంతరంగంలో పూర్తిగా మార్పులు తీసుకు వస్తూ, ఆ మార్పులు positive results ఇచ్చే వాటిగా జాగ్రత్త పడితేనే అభివృద్ధి సాధ్యమౌతుంది. దీనిని మనము సమాజాన్ని, జాతిని జాగృతం చెయ్యడం అంటాము. సమకాలీన దళిత సమస్యలు, మాదిగ వారి సమస్యలు ఒక్కటే గదా! అనగా పేదరికం, అవిద్య, అంటరాని తనం, ఇవి ముఖ్య సమస్యలయినప్పుడు ఈ సమస్యల నుండి బయట పడుటకు సాంఘిక రాజకీయ ఆర్థిక రంగాలలో ఏ పంథా తొక్కాలి అభ్యుదయానికి ఏ ఏ కసరత్తులు చేయాలి, భవిష్యత్ ఎజెండా ఏమిటి? అనే వాటి గురించి చర్చిద్దాం.

సాంఘిక రంగం:

మాదిగలు సాంఘికంగా, సామాజికంగా ముందుకు రావాలంటే ఈ క్రింది పేర్కొన్న ఉద్యమాలను చేపట్టి ప్రభావితం కావాలి:

1. నిరక్షరాస్యతపై పోరాటం
2. మానవ హక్కుల కోసం పోరాటం
3. సమానావకాశాల కోసం పోరాటం
4. దళిత ఐక్యతకై ఉద్యమం
5. బహుజనులతో సఖ్యతకు ఉద్యమం.

ఈ దిశలో సాంఘిక అభ్యుదయానికి కృషి సల్పుతున్నప్పుడు యువత నుండి సమాజానికి contribution చేసే వ్యక్తులు పుట్టుకు రావాలి. యువతలో సామాజిక స్పృహ కలిగితేనే సమాజానికి పనికివచ్చే వారుగా రూపొందుతారు. సమాజం మనకేం చేసింది అని అడిగేకంటే సమాజానికి మనం ఏమి చేయగలం అని ఈనాటి మాదిగ యువత ప్రశ్నించుకోవాలి. విద్యారంగములోను ఇతర అభ్యుదయ రంగాలలో ఆరోగ్యకరమైన పోటీతత్వాన్ని పెంచుకోవాలి. రిజర్వేషన్లు లేకపోయినా, క్యాటగిరైజేషన్లు పోయినా మనగలిగే స్థాయికి ఎదగడానికి కృషి చేయాలి.

సాంఘికంగా ముందుకు వెళ్ళడానికి సమాజాన్ని నడిపించే బలమైన Institutions ను చేజిక్కించుకోవాలి. దీని కోసం పంచ సూత్ర ప్రణాళిక ఏమిటంటే -

1. Catch the School
2. Catch the Panchayat
3. Catch the Temple
4. Catch the Land
5. Catch the Media

పైన పేర్కొన్న వాటిల్లో అన్నింటిని మాదిగ యువత తమ వాటాగా చేజిక్కించుకోవాలి. హిందూ వ్యవస్థలో దళితులకు బ్రాహ్మణేతరులకు అందుబాటులో లేనిది పూజారి వ్యవస్థ. సాంఘికంగా అమోఘమైన మార్పు సమాజంలో కలగాలంటే పూజారి వ్యవస్థను చేజిక్కించుకోడానికి బ్రాహ్మణేతరులు ముఖ్యంగా దళిత యువత పథకాలు వేయాలి. ఈ ప్రయత్నం సమాజంలో ఆరోగ్యవంతమైన మార్పును తెస్తుంది. అదేవిధంగా మాధ్యమం సమాజంలో మార్పునకు, విలువలను కాపాడుటకు ఎంతగానో ఉపయోగ పడుతుంది. అటువంటి మాధ్యమం ఒక వర్గం చేతుల్లోనే ఉంటే అది సామాజిక విలువలను కాపాడలేదు. అందువలన మాధ్యమాల్లో ఉన్న గుత్తాధిపత్యాన్ని కూడా విడిపించి mediaను పరిశుభ్రం చేయాలి.

రాజకీయరంగం:

ప్రజాస్వామ్యంలో రాజకీయాలు మనకెందుకులే అనే ప్రశ్న రాకూడనిది. మరీ ముఖ్యంగా disadvantage position లో ఉన్న మాదిగ వారు ఇతర దళిత జాతులు రాజకీయంగా బలమైన pressure groupsగా రూపొందితేనే వారి సమాజానికి కావలసిన వాటిని సమకూర్చుకోగలుగుతారు. రాజకీయంగా మాదిగలు పైకి రావడానికి ఏమి చెయ్యాలంటే -

1. బలమైన vote bank గా మారడం
2. నాయకత్వాన్ని పెంపొందించుకొనుట
3. చరిష్మకలిగిన నాయకులుగా కొందరు ఎదగటం
4. గ్రామ స్థాయిలో (local units) స్థానిక సంస్థలను చేజిక్కించుకోవడం.

ప్రజాస్వామ్యంలో ఓటు అనేది అపూర్వమైనది. దేశ పౌరుడి చేతిలోని ఓటు విలువలు గల సమాజాన్ని సృష్టించగలదు. భ్రష్టు పట్టిన సంస్థను ప్రక్షాళనము చేయగలదు. గత శతాబ్దంలో రాజ్యాంగ చట్టం ద్వారా దళితులకు బాబా సాహెబ్ యిచ్చిన ఒక గొప్ప gift లేక ఆయుధం ఓటు. ఓటును సక్రమంగా వినియోగించుకొనలేక పోతే మాదిగలకు

రాజకీయ భవిష్యత్తు లేదు. ఓటును నాటుకోసం, నోటుకోసం అమ్ముకోవడం సమాజం పట్ల జరిపే క్షమించరాని నేరం. ఈ స్థితి నుండి గ్రామీణ మాదిగలు బయట పడాలి. కేవలం బయటపడినంత మాత్రాన చాలదు, బలమైన vote bank గా కూడా రూపొందాలి. అదే విధంగా ''తెలుగు సమాజం'' ఒకటిగా దేశం మొత్తం ప్రధానంగా ఎన్నో సమస్యలుంటాయి. ఈ సమస్యలను ప్రజల దృష్టికి తెచ్చి వాటిని పరిష్కరించడానికి ఉద్యమాలు చేపట్టి ఆ విధమైన సర్వజనీనత కల్గిన ఉద్యమాలను జయప్రదం చేసి మొత్తం సమాజంచే శభాష్, జీతేరహో అని అనిపించుకోగలగటమే చరిష్మా ఉన్న న్యాయకత్వ లక్షణం. ఈ దిశలో ఎదుగుటకు మాదిగ యువత కృషి చేయాలి. అదేవిధంగా సమాజాన్ని ముందుకు నడిపించే దార్శనికులు పుట్టుకు రావాలి. ఎంతో క్రమశిక్షణ అలవరచుకొన్న సంఘము నుండే ఇటువంటి దార్శినికులు పుట్టుకు వస్తారు.

స్థానిక సంస్థలలో ముఖ్యమైన గ్రామ పంచాయితీని చేజిక్కించుకొనుట అనేది రాజకీయ ఎదుగుదలకు పునాది వంటిది. దీనికోసం ఒక కొత్త ఆలోచన చేయవలసిన ఆవశ్యకత ఉంది. విమర్శకులకు ఇది తుగ్లక్ విధానంగా కనిపించవచ్చు. ఈ విధానం గిరిజనులలో ఉండి, వారికి రాజకీయ సాధికారత (political empowerment) కేవలం గ్రామ స్థాయిలోనే గాక జిల్లా స్థాయిలోను, రాష్ట్ర స్థాయిలోను కలిగి ఉన్నారు. ఉదా: గిరిజన తండాలు, గిరిజన జిల్లాలు, గిరిజన రాష్ట్రాలైన జార్ఖండ్, ఛత్తీస్ ఘడ్, నాగాలాండ్, మిజోరాం మొదలైనవి. గిరిజనులలో గల spatial concept మాల మాదిగలకు లేక పోవడము దురదృష్టకరము. ఇది సాధించుటకు ఈ క్రింద సూచన అవసరపడుతుంది.

1. గ్రామం ఒక unitగా దాని స్థితి గమనిస్తే ఒక ఊరు, దానిపైన ఆధారపడిన పాడు (ఊరు-పాడు) అనే రూపం ప్రతి గ్రామానికి ఉంది.
2. 'పాడు' అస్వతంత్రమైనది, ఊరుపైన అన్నింటికి ఆధారపడినది.
3. 'పాడు'కు కావలసిన అభివృద్ధి కార్యక్రమాలు అన్ని కూడా ఊరును బ్రతిమిలాడి చేయించుకోవాలి.
4. ఈ విధంగా 'పాడు'ది ఎప్పుడూదేబిరింపే కానీ సాధికారత లేదు.
5. 'పాడు' అప్రధానమయినది.

పైన పేర్కొన్న వాటిని బట్టి మాదిగలు, మాలలు నివసించే 'పాడు'కు స్వతంత్రము లేదని, స్వాధికారత లేదని ఊరుపైనే ఎప్పుడు ఆధారపడి ఉంటుందని తెలుసుకున్నాం. ఇప్పుడు లేనివాటిని సాధించడానికి ఒక viable unitగా రూపొందాలి. దీనికోసం చేయవలసినది ఏమిటంటే:-

1. చుట్టుపట్ల ఉన్న నాల్గైదు పాడులు కలసి ఒకే పాడుకు చేరడం.

2. దీనిలో చిన్నపాటి **exercise** ఉంది. మాదిగలంతా లేక దళితులంతా తమకున్న కొంప - గోడు, పిల్లా - జెల్లా కొద్దిపాటి పొలం పుట్రాలను అనుకూలమైన ఒక పాడుకు చేర్చడం.

3. కొత్త స్థలాలలో ఎంచుకున్న పాడు చుట్టు ఇళ్ళు నిర్మించుకోవచ్చు. అమ్మిన పొలం పుట్రా బదులు ఎంచుకున్న పాడు చుట్టు చిన్నపాటి భూ వసతి కల్పించుకోవడం.

నమూనా - 1

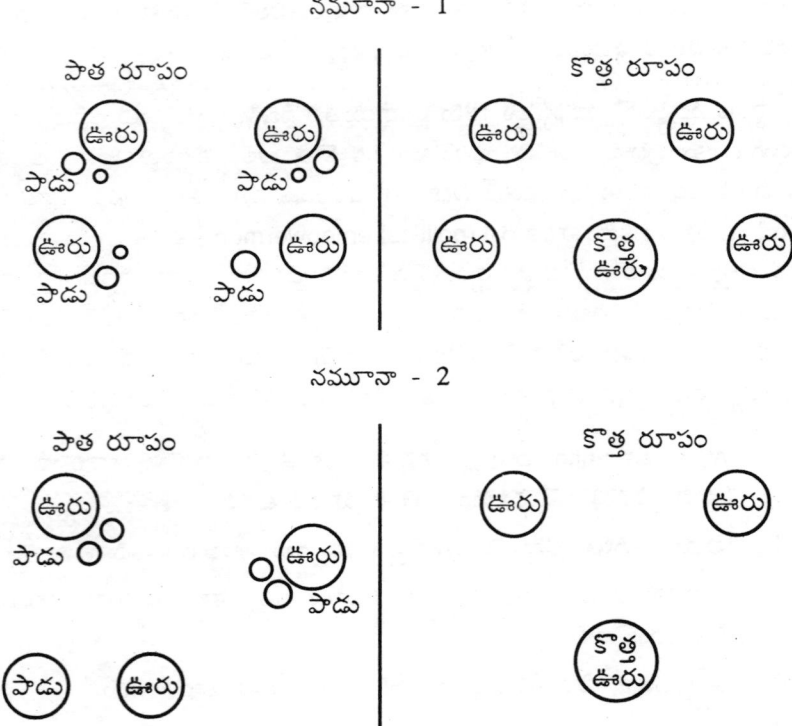

నమూనా - 2

పై విధానం ద్వారా కొత్త ఊరు రూపొందినపుడు దానిలో నివసించే మాదిగలకు / దళితులకు రాజకీయ సాధికారత రాకుండా ఎలా ఉంటుంది. ఇటువంటి నూతన గ్రామాలు నిర్మించుకొనుట ద్వారా రాజకీయ రంగంలో స్థానిక సంస్థలలో, దళితులకు అనుకూలంగా పెను మార్పులు తీసుకొని రావచ్చు. గిరిజనులకు గల **spatial advantage** ని మాదిగలు, మాలలు **social engineering** ద్వారా సాధించుకొనగలరు. ఈ ప్రక్రియ కొత్తది కాదు.

గుంటూరు జిల్లాలో కొలకలూరు మాదిగవాడ, ఇంటూరు మాలపల్లి ఈ విధంగా ఏర్పడినవే. కోస్తా డెల్టాలో ముఖ్యంగా కృష్ణా, గుంటూరు జిల్లాల్లోని డెల్టాలో ''కమ్మటూరులు'' ఈ విధంగా రూపొందినవే. ఈనాడు వరంగల్ జిల్లాలో 30కి పైగా ''గుంటూరు రెడ్డి పల్లెలు'' ఈ విధంగా గ్రామాలుగా రూపొందుతున్నాయి.

ఆర్థిక రంగం:

సమకాలీన దళిత సమస్యల్లో ఆర్థిక సమస్య అతి ముఖ్యమైనది. ఆర్థిక వెనుకబాటు తనం అన్ని అనర్థాలకు మూలం. ఆర్థిక ప్రగతి సాధిస్తేనే ఏ సమాజం అయినా మిగిలిన రంగాల్లో కూడా అభివృద్ధిని సాధించగలుగుతుంది. సాంఘికంగా, రాజకీయంగా ఏ కొంచెము ప్రగతి సాధించినా ఆర్థికంగా బలోపేతం గాని సమాజం తిరిగి పతనం అవుతుంది. అందుకనే కమ్యూనిస్టులు ఆర్థిక రంగానికే అధిక ప్రాధాన్యతనిచ్చారు. అయితే మనదేశంలో కమ్యూనిస్టు ఉద్యమం వలన దళితులలో సాంఘిక, రాజకీయ చైతన్యం వచ్చిన మాట నిజమే కానీ ఆర్థిక బలం ఒనకూడలేదు. మాదిగలు చర్మకారులు, వ్యవసాయ కూలీలుగా ఉత్పత్తి సమాజానికే చెందుతారు. ఉత్పత్తి దారుని దోచుకొనుట అనేది ఆర్య సంస్కృతి. దాని నుండి వచ్చినవే జమిందారీ సంస్కృతి, బూర్జువా సంస్కృతి. ఈ దోపిడి విధానం ఈనాటికీ కొనసాగుతూ ఉంది. ఒక దేశంలోని సమాజాన్ని ఆర్థిక అంతస్తులలో 4 తరగతులుగా విభజించవచ్చు. అవి భాగ్యవంతులు, మధ్యతరగతి, పేదలు, నిరుపేదలు. మధ్య తరగతిలో మరలా ఉన్నత మధ్య తరగతి, దిగువ మధ్య తరగతి ఉంటాయి. అభివృద్ధి చెందిన దేశాల్లోను మన దేశంలోను ఆర్థిక సమీకరణలు ఎలా ఉన్నాయో చూద్దాం.

2001

అభివృద్ధి చెందిన దేశాలు	ఆదాయ వర్గాలు	ఇండియా
30%	భాగ్యవంతులు	15%
20%	ఉ. మధ్య తరగతి	15%
30 నుండి 40%	ది. మధ్య తరగతి	20%
10 నుండి 20%	పేదలు	22%
Nil	నిరుపేదలు	28%

ఒక దేశం ఆర్థికంగా అభివృద్ధి చెందిందిగా పరిగణింప బడినప్పుడు వర్గ సమీకరణాలు క్రింది విధంగా ఉండటానికి ఆస్కారముంది. దేశంలోని సమాజం ఈ విధంగా ఉండాలి అని hypotheticalగా మనం అనుకున్నప్పుడు దళితుల పరిస్థితి ఏమిటి అనేది పరిశీలిద్దాం:-

2001

దళితేతర సమాజం	ఆదాయ వర్గాలు	దళితులు
15%	భాగ్యవంతులు	1%
20%	ఉ. మధ్య తరగతి	4%
30%	ది. మధ్య తరగతి	5%
20%	పేదలు	40%
15%	నిరుపేదలు	50%

పై పట్టికల వలన దళితులు ఆర్థికంగా ఎంత వెనుకబడి యున్నారో తెలుసుకొనగలం ఇంత వెనుకబాటు తనం నుండి పైకి రావలయునంటే దళితులు తమ శక్తియుక్తులన్నింటిని ఒడ్డ వలసియున్నది. అప్పటి కప్పుడే 'ఆలీబాబా అద్భుతదీపం' వలే పెనుమార్పులు సంభవించి కథ సుఖాంతమగుట, Instant development జరుగుట ఊహించరానిది. ''విజన్ 2025'' అనే ఆర్థిక ప్రణాళికతోనే దళితులు మరీ ముఖ్యంగా మాదిగలు దశల వారీగా అభివృద్ధి సాధించడానికి పూనుకోవాలి. అనగా పేదరిక శాతాన్ని తగ్గించుకుంటూ పోవాలి. రెండు దశలలో దీన్ని సాధించగలిగితే అదీ ఒక అద్భుతమే.

2015 అంచనా

2015	దళితులు	2025
10%	భాగ్యవంతులు	20%
10%	ఉ. మధ్య తరగతి	20%
20%	ది. మధ్య తరగతి	30%
35%	పేదలు	30%
25%	నిరుపేదలు	Nil

2025 అంచనా

ఇండియా	ఆదాయ వర్గాలు	దళితులు
30%	భాగ్యవంతులు	20%
30%	ఉ. మధ్య తరగతి	20%
20%	ది. మధ్య తరగతి	30%
20%	పేదలు	30%
Nil	నిరుపేదలు	Nil

పై విధంగా 2025 నాటికి దేశంలో ఆర్థిక వర్గాల సమీకరణ ఎలా ఉంటుందో దాదాపు దళితులలో కూడా అదే అభివృద్ధి సాధ్యమయ్యేటట్లు పాటుపడగలిగితే దళితులు

ఎదుర్కొనే సమస్యలైన అంటరానితనం 2010కి రూపుమాసి కుల వివక్షణ 2020 కు రూపుమాసి 2025లో మన దేశంలో ''ఎగాలిటేరియన్ సొసైటీ'' రూపొందడానికి అవకాశం ఉంది. ఈ విధంగా ఆర్థక దుర్బలత్వం నుండి బయటపడాలంటే ఈ క్రింద పేర్కొన్న అంశాలలో విశేషంగా కృషి చేయాలి.

మతాంతరీకరణ:

దళితులు మతాంతరీకరణ పొందుతున్నారని హిందూ ఛాందసవాదులు ఆరోపిస్తారు. అయితే ఇక్కడ గుర్తుంచుకోవలసినది, కాశ్మీరులో బ్రాహ్మణ కుటుంబాలు శతాబ్దాల పూర్వం ముస్లిములుగా మారారు. వారిలో కూడా కాశ్మీరు మిలిటెంట్లుగా కొందరు మారారు. వారి సంగతి ఏమిటి? ఈ విషయంలో దళితులను ప్రశ్నించే ఛాందసవాదులు కాశ్మీరులో ముస్లింలుగామారిన బ్రాహ్మణులను, కేరళలో క్రైస్తవులుగా నున్న బ్రాహ్మణులను ఎందుకు హింసించరు అనేది ప్రశ్న. కాబట్టి దళిత క్రైస్తవులను, బౌద్ధులను, సిక్కులను, దళితులుగానే గుర్తించి వారి అభివృద్ధికి కృషి చేయాలి.

విద్య, ఉద్యోగాలు:

కేవలం మొక్కుబడిగా చదివే పాఠశాల విద్య గాకుండా వృత్తి విద్యలలోకి అధికంగా మాదిగలు (దళితులు) ప్రవేశించాలి. వృత్తి విద్యలు ఆర్థిక స్థోమతకు సంబంధించి ఉన్నందున ప్రభుత్వం ఈ విద్యలనభ్యసించే దళిత యువతకు ధన సహాయం చెయ్యాలి. అదేవిధంగా రిజర్వేషన్లు ఇలాగే ప్రభుత్వ, ప్రయివేటు సంస్థలలో కొనసాగుతూ ఉండాలి. ఈనాడు ఉద్యోగాలు లేవు అనే ప్రభుత్వ విధానాన్ని మార్చుకొని, ప్రభుత్వాలు ఉద్యోగావకాశాలు ఇతోధికంగా కల్పించడానికి ఆందోళన చేపట్టాలి. పదవీ విరమణ వయస్సును వెంటనే 55 సంవత్సరాలకు తగ్గించి 2010 నుండి 58 ఏళ్ళకు 2015 నుండి 60 ఏళ్ళకు 2025 నుండి 62 ఏళ్ళకు పెంచుకుంటూ పోవాలి. ఇలా ముందుగా పదవీ విరమణ వయస్సు 55 ఏళ్ళకు తగ్గించినపుడు 28 నుండి 30 సంవత్సరాల service పూర్తి చేసిన వారిని కూడా పదవీ విరమణ చేయించి ఆ ఖాళీలలో ముందుగా అడహక్ జీతము 5 ఏళ్ళుగాను, ఆ తరువాత పూర్తిస్థాయి జీతంతోను యువతకు ఉద్యోగాలు కల్పించాలి. అదే విధంగా విశ్వవిద్యాలయాలు, ప్రభుత బ్యాంకులు, కార్పొరేషన్ల ఇన్‌ఛార్జీలుగా కోటా ప్రకారం దళితులను నియమించడానికి పట్టు బట్టాలి.

భూ వసతి:

దళితులకు మిగులు భూమి పంపిణీ సరిగా అమలు జరగలేదనేది నిర్వివాదాంశము. పశ్చిమ బెంగాలు రాష్ట్రము వలే ప్రతి వ్యవసాయ కూలీకి జీవనాధారంగా భూ వసతి

దేశమంతా కల్పించవలసిన ఆవశ్యకత ఉంది. లేనిచో భూమి పోరాటాలు, తీవ్రవాదం, నక్సలిజం పెరిగి civil war వచ్చే అవకాశం ఉంది. కాబట్టి సేద్యపు భూమిలో మిగులు భూమిని పంపిణీ చేయవలసిన ఆవశ్యకత ఎంతైనా ఉన్నది. అదే విధంగా దళితులు భూమి కొనుగోలు చేసినప్పుడు రిజిస్ట్రేషన్ రుసుం నుండి మినహాయింపు ఇవ్వాలి. ఈ ప్రతిపాదనను లోక్‌సత్తా నాయకుడు డా॥ జయప్రకాశ్‌నారాయణ్ కూడా బలపరిచారు. అదేవిధంగా వ్యవసాయ కౌళ్ళు (అలిఖిత/అనధికార) చాల ఎక్కువగా ఉండి కోస్తా ఆంధ్రలో దళిత కౌలుదార్లు మోసపోతున్నారు. ఇది సరిచేయాల్సిన విషయం. డెల్టా మాగాణికి కౌలు ఈనాడు ఎకరానికి ఐదువేలు మించకుండా ఉండాలి. 20 క్వింటాళ్ళు ధాన్యం పండే మాగాణికి కౌలు 10 క్వింటాళ్ళు ఉండాలి. అప్పుడే కౌలుదారులకు జీవనం గడుస్తుంది.

పొదుపు - మహిళాభ్యుదయం:

పొదుపు - మహిళాభ్యుదయం అనేవి రెండూ ఎప్పుడూ జంటగానే ఉంటాయి. దళిత మహిళలు తమ కుటుంబము పేదరికం నుండి బయట పడాలంటే పొదుపును ఎంతో శ్రద్ధగా పాటించాలి. జవహర్‌లాల్ నెహ్రూ చెప్పినట్లు:

"In order to awaken the people, it is the women who has to be awakened. Once she is on the move, the household moves, the village moves, the country moves and thus we build the India of tomorrow".

ఈ సూక్తిని స్ఫూర్తిగా తీసుకొని దళిత మహిళలు పొదుపు ద్వారా తమ కుటుంబములను అభివృద్ధి పథంలో నడిపించెదరు గాక. ఈనాడు డ్వాక్రా (Dwcra) సంఘాల (SHGs) పేరున పేద వర్గాలయిన దళితేతరులను అభివృద్ధి చేయుటకై ప్రభుత్వం ప్రయత్నిస్తున్నది. మోస పోతున్నది నిరుపేదలయిన దళిత మహిళలు మాత్రమే. NGOలు, దళిత సంఘాలు ఈ విషయంలో తీవ్రంగా ప్రభుత్వంతో పోరాడి దళిత మహిళలకు న్యాయం చేకూర్చాలి. అదేవిధంగా దళిత కుటుంబాలు ఆడంబరాలకు పోక కనీసం 10 లేక 15 సంవత్సరాలు కఠోర నియమాలతో పొదుపును పాటించవలసిన అవసరం ఎంతైనా ఉన్నది.

దళిత స్వయం సేవక్ (DSS) :

ఇది కేవలం మాదిగలకే పరిమితం గాక దళితులందరు ఏర్పరచుకోవలసిన ప్రజాతంత్ర ఉద్యమం. ఈ ఉద్యమం దళితులకు రెండు వైపులా పదునున్న కత్తివలే పని చేస్తుంది. ఒకటి సవర్ణుల దాడి నుండి ఆత్మరక్షణ కవచంగాను, రెండవది exploitation of labour నుండి రక్షణ గాను ఉపయోగ పడుతుంది. ఒంగితేనే ఇతరులు ఎక్కగలిగేది. ఎక్కగలిగితే ఇతరులు ఒంగుతారు. కాబట్టి ఆత్మరక్షణకు మొదటి మెట్టు నీవు దౌర్జన్యానికి ఒంగకూడదు

అనేది. ఈ దిశలో యోచించి ఈ దళాలు గ్రామస్థాయి నుండి జాతీయ స్థాయి వరకు ఉండాలి. ఈ దళిత స్వయం సేవక్ స్థాపనతో వ్యవసాయ కూలీలు, చేతివృత్తులవారు, చిన్న చిన్న services అందించే నిరుపేదలు గ్రామస్థాయిలోనే organised sector గా రూపొందుతారు. ఈ విధంగా కనీస వేతనాలు పొందడానికి దళితులకు అవకాశం లభిస్తుంది. అదేవిధంగా కనీస వేతనాలు ఇవ్వలేని మిడిమేలపు దొరలను కొలుస్తూ మిడికే అవసరం పోతుంది.

మాదిగ అభ్యుదయం కోసం ఈ అధ్యాయములో చర్చించిన విషయాలు అన్నీ కూడా దళితుల అభ్యుదయానికి వర్తిస్తాయి. అందువలన పై సూచనలన్నింటిని దళిత జాతులన్నీ హర్షించి పాటించ గలిగితేనే చేరుకోవలసిన గమ్యం అందని చందమామ కాదు. ఈ అధ్యాయంలో ఏమేమి చెయ్యాలో, అనేది ఒక ప్రణాళికలా, ఒక ఎజెండాలో చర్చించు కున్నాము. ప్రతి ఎజెండాలోను (dos - don'ts) చేయవలసినవి, చేయకూడనివి రెండూ ఉంటాయి. dos గురించి చర్చించడం జరిగినది. అయితే అభ్యుదయానికి అడ్డుగా ఉన్నవాటిని మాదిగ జాతి plugging the loopholes చేయగలిగితేనే అభ్యుదయం సాధ్యపడుతుంది. దీనికై ముందుగా మాదిగల తత్వం తెలియాలి. మాదిగ తత్వం ఏమిటి? మాదిగలు ప్రత్యేకంగా ఏమేమి చెయ్యాలి? కొన్ని నిర్ణయాలు కఠినంగా తీసుకొంటూ ఒక నియమావళి విధించుకోవాలి. ఆ నూతన నియమావళి ఏమిటి? అనే విషయాలు చివరి అధ్యాయంలో సంగ్రహపరుద్దాం.

ఉపసంహారం

మాదిగ తత్త్వం :

మాదిగ వారిది ఉత్పత్తి సమాజం కాబట్టి సహజంగా group dynamics కు లోనై ఉంటుంది. అయితే వ్యవసాయ కూలీలుగా ఈ తత్వం ఉంటుందిగాని చేతివృత్తి పనులకు కాదు. చేతివృత్తి కేవలం వ్యక్తి ప్రతిభపై ఆధారపడి ఉంటుంది. ఆ కారణంగా చర్మకార వృత్తిలో వృత్తి కార్మికునిగా నైపుణ్యం ప్రదర్శించే మాదిగ, తదనంతరం వ్యవసాయ కూలీగా మారినప్పుడు group dynamicsను వంట పట్టించుకోలేకపోతున్నాడు. ఈ విధంగా ముఠా పనులలోను అతని వ్యక్తిత్వం ఇమడలేకపోయినది. ఈ తత్త్వం వలన పని పాటలలోను, రాజకీయ సంఘటనలలోను, హక్కుల పోరాటంలోను, ఒక సంఘం నిర్మించుకుని సామూహిక తత్వం ద్వారా ముందుడుగు వేయలేక పోయాడు. మాదిగ ఎప్పుడు 'ఒంటరి పోరు' పైనే ఆధారపడి ఉంటాడు. ఇప్పటి సమాజంలో ఈ విధానం ద్వారా ప్రయోజనాలు సాధించడం అంత తేలిక కాదు.

అదే విధంగా మాదిగలలో సాహిత్యభిలాష మెండు. కారణాలు ఏవైనా కళ కళకోసమే అనే వాదన లాగ సాహిత్యాన్ని మానసిక ఆనందానికి ఆస్వాదిస్తాడే తప్ప, దానికి సామాజిక స్పృహను జోడించి క్రీజ్‌లో నిలబడి అభ్యుదయ రంగం వైపు పరుగులెత్తడానికి ప్రయత్నించడు. ఈ లోపాలను సవరించుకోవలసిన సమయం నేడు ఆసన్నమైనది. ఒంటరి తత్వం నుండి మాదిగవారు బహుజన వాదం వైపు తమ పంథాను మార్చుకొనవలయును. దీనికి ముందుగా అంతర్గత కుమ్ములాటలు మానివేసి మాదిగలంతా సంఘటితం కావాలి. రెండవ మెట్టుగా తోటి దళిత వారైన మాలలతో సంఘటితం కావాలి. బాబా సాహెబ్ అన్నట్లు 'రెండు వర్గాల మధ్య పోరాటం జయాపజయాలకు దారి తీస్తుంది. ఒకేవర్గం మధ్య పోరాటం ఆ వర్గ నాశనానికి దారితీస్తుంది.'' కాబట్టి బహుజనులుగా ఒకే వర్గంవారైన మాదిగ, మాలలు పోరాట పంథా విడనాడి బహుజనులుగా polarisation కావాలి. మూడవ మెట్టుగా తోటి గిరిజనులు శూద్రులలో పూర్తిగా వెనుకబడిన కులాల వారితో సంఘటితం కావాలి. ఈ విధంగా ఒంటరి బ్రతుకును వదలి మాదిగవారు బహుజనులతోకలసి పోవాలి. బహుజన తత్వమును అలవరచుకోవాలి. బహుజనతత్వం ఈ మధ్య వచ్చినది కాదు.

బహుజనతత్వం గౌతమబుద్ధుని ఉపదేశం అయిన బహుజన సుఖాయః; బహుజన హితాయః; బహుజన తత్వాన్ని అలవరచుకుని సాంఘిక, రాజకీయ, ఆర్థిక రంగాలలో మాదిగలు ప్రగతి సాధించు కొనగలరు. మతాలన్ని మానవ శ్రేయస్సునే ఉద్బోధిస్తాయి. కాబట్టి మాదిగవారు క్రైస్తవులైనా, బౌద్ధులైనా, హిందువులైనా మతపరంగా విడిపోకుండా మతాతీతంగా కలసికట్టుగా బహుజన వాదంలో పురోగమించాలి. ఈ ప్రస్థానంలో మైనారిటీలను కూడా కలుపుకు పోవాలి.

లోపాలు - సవరణలు : -

కొన్ని వేల సంవత్సరాల నుండి అనుభవించిన బానిసత్వం మాదిగల మనో వికాసాన్ని దెబ్బతీస్తూ అనేక అవలక్షణాలను అంటగట్టింది. మాదిగల పురోభివృద్ధికి ఆటంకమైన అవలక్షణాలు ఏవనగా : -

1. సోమరితనం
2. అనైక్యత
3. బానిస భావం
4. సంశయ ధోరణి
5. ఆత్మన్యూనత
6. నిరక్షరాస్యత
7. నిర్వహణ లోపం
8. నాయకత్వ లోపం
9. సమాచార లేమి
10. మత్తు పానీయాలు

మాదిగ సమాజం ఈ అవలక్షణాలను సవరించుకొని వికాసపు బాటలో పయనిస్తుందని ఆశిద్దాం.

స్వామి వివేకానంద చెప్పినట్లుగా - ''ప్రతి ఒక్కరూ ఆత్మవిశ్వాసం అలవరచుకోవాలి. అద్భుతాలను సాధించడానికి ఆత్మ విశ్వాసమే మూలం.'' కాబట్టి ఆత్మన్యూనతా భావం విడనాడి ఆత్మ విశ్వాసం పెంచుకోవాలి. ఇదే విధంగా **main stream**లో కలవడానికి మాదిగ సమాజం కొన్ని కఠోర నిర్ణయాలు తీసుకోవలసి ఉంది. చుట్టూ ఉన్న సమాజం మన జీవన విధానంలో ఏ ఏ విషయాలలో అభ్యంతరపడుతుందో ఆ అభ్యంతరాలను తొలగించు కొనకుంటే చుట్టు ఉన్న సమాజంతో మమేకం కాలేరు. ఈ దిశలో ఆలోచించినపుడు ఒక నూతన నియమావళిని మాదిగవారు ఏర్పరచుకొని పాటించవలసి ఉంటుంది.

నూతన నియమావళి :

1. **Cottage tanneries** లేకుండా చెయ్యాలి. దుర్గంధ పూరితము, అపరిశుభ్రతకు చిహ్నాలుగా మిగిలిపోయిన **cottage tanneries** మాదిగ వాడల మధ్య నుండి

తొలగించాలి. ఈనాడు టెక్నాలజీ అప్‌గ్రేడేషనుతో ఫ్యాక్టరీల నుండే తయారైన చర్మాలు లభ్యమౌతున్నందువలన ఈ tanneries అవసరం ఏ మాత్రం లేదు.

2. పశువుల కళేబరాలు భూ స్థాపితం చేయండి. పశువుల మృతకళేబరాలను మాదిగలు చర్మం కోసమే ఎత్తివేస్తున్నారు. ఈ ప్రాసీజరులో వీరిపై వచ్చిన అపవాదు పోవాలంటే మృత పశువుల కళేబరాలను ఎత్తివేసే menial jobను వదిలివేస్తూ కఠోర నిర్ణయం అయినా తీసుకోవాలి లేదా చర్మం తీసిన పశు కళేబరాన్ని వెంటనే పూడ్చివేయాలి.

3. మత్తు పానీయాల వాడకం తగ్గించుకోవాలి. మనిషిని బలహీన పరచి మేథస్సును శరీరాన్ని ఎందుకు పనికి రాకుండా చేసే మత్తు పానీయ సేవనం అనే దురభ్యాసాన్నుండి బయట పడాలి. ఆరోగ్యం కోసం తప్ప మనిషిని కృంగదీసే అలవాటుగా మారకుండా చూసుకోవాలి.

4. ఈ విధంగా అవలక్షణాలు నుండి బయటపడి నూతన నియమావళిని ఏర్పరచుకుని తమకు ఏ ఏ రంగాలలో ప్రావీణ్యం ఉందో ఆ రంగాలలో విశేషమైన కృషి సల్పుతూ మాదిగ సమాజం ముందడుగు వేయగలగాలి. పచ్చదనము - పరిశుభ్రత పాటించడం ఈనాడు ఎంతోముఖ్యం.

5. అదేవిధంగా విద్యావంతులైనవారు కేవలం కుర్చీ ఉద్యోగాలనే ఆశించక దేశరక్షణ గావించే ఉత్తమ పౌరులుగా రక్షణ దళాలలో చేరాలి. ఈ విధంగా ప్రతి మాదిగవాడ నుండి ప్రతి సంవత్సరం ఇద్దరు, ముగ్గరు యువతీ యువకులు రక్షణ దళంలోను, పోలీసు శాఖలోను చేరిపోతుండాలి.

6. యుద్ధ కళలలో తమ ప్రాచీన వైభవాన్ని మరుగు పడనీయకుండా కర్రసామును, డప్పు వాద్యాన్ని అపూర్వమైన కళలుగా రూపొందించాలి.

7. కేవలం వ్యవసాయ కూలీలుగా partial unemploymentతో సతమతం అయ్యేకంటే ఇతర లాభసాటిగ ఉన్న services (సేవలు) ఉదా : తాపీపని, ఆటో, టాక్సీ, Ironing (ఇస్త్రీ) మొదలైన పనుల్లో ప్రవేశించడం మంచిది.

ఈనాడు అమెరికా దేశంలో అతిగా వెనుకబడిన నీగ్రోవారు, దక్షిణాఫ్రికా, యూరప్ తదితర దేశాలలో పీడితులు దేశ జనాభాలో ఎందరు ఉన్నారో, దేశ సంపదలో అదే నిష్పత్తిలో తమ వాటా కోసం పోరాటం సల్పుతున్నారు. కారల్‌మార్క్స్ చెప్పినట్లు ''మీరు పోగొట్టుకొనేదేం లేదు, మీ సంకెళ్ళు తప్ప'' కాబట్టి అతిగా వెనుకబడిన మాదిగవారు ఇతర వెనుకబడిన వారైన బహుజనులందరిని కలుపుకొని దేశ సంపదలో తమ వాటా కోసం ఉద్యమించి, పోరాడి, విజయం సాధించెదరు గాక!

జై జాంబువ ద్వీప్ !

BIBLOGRAPHY (ఉపయుక్త గ్రంథసూచి)

1. జగత్కథ - హెచ్.జి. వేల్స్
2. ది డిస్కవరి ఆఫ్ ఇండియా - పండిత జవహర్‌లాల్ నెహ్రూ
3. కుల నిర్మూలన, ఇతర సాహిత్యం - డా॥ బి. అంబేద్కర్
4. హిస్టరీ ఆఫ్ గ్రీస్ - జె.బి. బరి
5. హిస్టరీ ఆఫ్ రోమ్ - ఇ. ఇ. బ్రియాంట్
6. మెసపటోమియా నాగరికత - అనేక రచనలు
7 సప్త సింధూలోయ నాగరికత - ,,
8. భాగవతం - ,,
9. మహాభారతం - ,,
10. రామాయణం - ,,
11. ఓల్డ్ టెస్టమెంట్ - ,,
12. పెరియార్ సాహిత్యం - అనేక రచనలు
13. ఆర్య సమాజ సాహిత్యం - పండిత గోపదేవ్
14. ఆర్య సమాజం - క్రైస్తవ్యం - సి.హెచ్. ఫ్రాన్సిస్
15. కుల పోరాటం, ఇతర రచనలు - కత్తి పద్మారావు
16. నే హిందువు నెట్లయిత - కంచ ఐలయ్య
17. స్పార్టకస్ - హోవార్డ్ ఫాస్ట్
18. మధ్యాసియా, మైనర్ అసియా నాగరికతలు - అనేక రచనలు
19. పురాణ గాథలు - వ్యాఖ్యానాలు - అనేక రచనలు
20. వేదముల పై వ్యాఖ్యానాలు - అనేక రచనలు
21. రాగవాసిష్ఠం - బోయి భీమన్న
22. హేతువాద సాహిత్యం - అనేక రచనలు
23. క్యాస్ట్ అండ్ రేస్ ఇన్ ఇండియా - జి.యస్. ఘురయే
24. గబ్బిలం, ఇతర రచనలు - గుర్రం జాషువా
25. కమ్యూనిష్టు సాహిత్యం - అనేక రచనలు

26. పిల్లి ఆత్మ కథ - యం.యన్.రాయ్

27. సోషలిస్టు అధ్యయనం - అనేక రచనలు

28. రాజనీతి శాస్త్ర సిద్ధాంతాలు - ముఖ్యంగా హాబ్స్ రచించిన లెవియథాన్, కారల్ మార్క్స్ ''దస్ కాపిటల్''

29. మై ఎక్స్‌పెరిమెంట్స్ విత్ ట్రూత్ - మహాత్మాగాంధి

30. యాదవ చరిత్ర -

31. మహాత్మా ఫూలే జీవితం - ఓ హన్‌లన్

32. ది రూట్స్ - అలెక్స్ హెయిలీ

33. తెలంగాణా రైతు పోరాటాలు -

34. జగ్‌జీవన్‌రాం - యన్. జగన్నాథం

35. దళిత సాహిత్యం - అనేక రచనలు

36. మండల్ కమిషన్ నివేదిక -

37. జి. రామచంద్రరాజు కమిషన్ నివేదిక -

38. జేబులో బొమ్మ - పురాణం సు.శర్మ

39. మహాప్రస్థానం - శ్రీశ్రీ

40. సాక్షి వ్యాసాలు - పానుగంటి

41. జాషువా రచనలపై వ్యాఖ్యానాలు - అనేక రచనలు

42. భక్తి ఉద్యమాలు - ,,

43. ప్రపంచ మతములు - నిర్వికల్పానంద స్వామి

44. అంబేద్కర్ జీవితం, రచనలపై వ్యాఖ్యానాలు -

45. స్వామి వివేకనంద జీవితం, రచనలు

46. ప్రపంచ చరిత్ర - వివిధ రచనలు

47. నదీలోయ నాగరికతలు - ,,

48. ఇండియా - సామ్రాజ్యాలు - ,,

తాళ్లూరి లాబన్‌బాబు

మహోజ్జ్వలమైన చరిత్ర కలిగిన మాదిగజాతి ఈ దేశపు మూలవాసులలో ముఖ్యమైనది. అట్టి మాదిగజాతి అనేక తాడనపీడనలకు గురియై కడజాతిగా అణచివేయబడింది. తాము కొనసాగించే వృత్తి వలన సమాజానికి దూరంగా నెట్టివేయబడి అస్పృశ్య జాతిగా ఎంచబడింది.

ఇది సమాజం మాదిగజాతిపట్ల చేసిన ఘోరమైన తప్పిదం. ఈ అవమానాల నుండి కులవివక్ష నుండి బయటపడటానికి మాదిగజాతి చేస్తున్నదే 'దండోరా ఉద్యమం'. ఈ పోరాటానికి సైద్ధాంతిక విలువలు చేకూర్చి మాదిగవారు ఈ దేశపు ముఖ్యజనజీవన స్రవంతిలో కలిసి పోవడానికి ప్రయత్నం చేస్తున్నారు. దానికి ఊతం ఇవ్వడానికి ఉద్దేశించినదే ఈ రచన అని అంటారు రచయిత.

తాళ్లూరి లాబన్‌బాబుగారు బాబాసాహెబ్ అంబేద్కర్ సాహిత్యం మరియు ఎన్నో చారిత్రక గ్రంథాలను అధ్యయనం చేసారు. భారతదేశ చరిత్ర, కుల వ్యవస్థపై పరిశోధన చేసారు. మరుగునపడిన ఎన్నో విషయాలను బహిర్గతం చేసారు. చరిత్రను కొత్తగా విశ్లేషించారు. ఈ గ్రంథంలో మాదిగవారు అస్థిత్వానికి, ఆత్మగౌరవానికి చేసే పోరాటాన్ని చిత్రించారు.

పాఠకలోకాన్ని ఆకర్షించిన మాదిగవారి చరిత్ర మొదటిభాగం 2001లో ప్రచురితమై ఇప్పటి వరకు తొమ్మిది ముద్రణలు పొందింది. పేదరికం, వర్ణవివక్ష, అవిద్య, రాజకీయంగా వెనుకబాటుతనంపై నిన్నవదిలిన పోరాటాన్ని తిరిగినేడు అందుకొనక తప్పదని గ్రహించి మాదిగవారిని జాగృతం చేసే రచన ఈ 'మాదిగవారి చరిత్ర' గ్రంథం.

సమాజానికి అవసరపడే సాహిత్యాన్ని సృష్టించడమే ప్రగతిశీల రచయితగా తాళ్లూరి వారి ధ్యేయం.

నవచేతన పబ్లిషింగ్ హౌస్

NPH0120259-15